മെക്സിക്കൻ
നാടോടിക്കഥകൾ

children's literature
mexican nadodikkadhakal

•

retold
dr. anishia jayadev

•

first edition
september 2016

•

second edition
may 2018

•

published
chintha publishers, thiruvananthapuram

•

typesetting
star communications, thiruvananthapuram

•

printed
akshara offset, thiruvananthapuram

•

cover & illustration
boby m prabha

വിതരണം

ദേശാഭിമാനി ബുക്ക് ഹൗസ്

H O തിരുവനന്തപുരം-695 035
phone: 0471-2303026, 6063026
www.chinthapublishers.com
chinthapublishers@gmail.com

ബ്രാഞ്ചുകൾ

ഹെഡ്ഡാഫീസ് ബ്രാഞ്ച് കുന്നുകുഴി • സ്റ്റാച്യു തിരുവനന്തപുരം • കെ എസ് ആർ ടി സി ബസ് സ്റ്റേഷൻ ആലപ്പുഴ • കെ എസ് ആർ ടി സി ബസ് സ്റ്റേഷൻ എറണാകുളം • ഐ ജി റോഡ് കോഴിക്കോട് • മാവൂർ റോഡ് കോഴിക്കോട് • എൻ ജി ഒ യൂണിയൻ ബിൽഡിങ് കണ്ണൂർ • സെൻട്രൽ ബസ് ടെർമിനൽ കോംപ്ലക്സ് താവക്കര കണ്ണൂർ

CR - 1872 / 4667
ISBN - 978-93-86112-81-1

മെക്സിക്കൻ നാടോടിക്കഥകൾ

(ബാലസാഹിത്യം)

പുനരാഖ്യാനം
ഡോ. അനിഷ്യ ജയദേവ്

ചിന്ത പബ്ലിഷേഴ്സ്
തിരുവനന്തപുരം-695 035
വില : ₹ 90

ഡോ. അനിഷ്യ ജയദേവ്

തിരുവനന്തപുരം ജില്ലയിൽ ജനനം. അച്ഛൻ: ഡോ. ഡി ജയദേവദാസ്. അമ്മ: ലില്ലി ഗ്രേസ് ടി സി. കേരള സർവ്വകലാശാലയിൽനിന്നും സോഷ്യോളജിയിൽ ഡോക്ടറേറ്റ്. കേരള സർവ്വകലാശാലയിലും മഹാത്മാഗാന്ധി സർവ്വകലാശാലയിലും അദ്ധ്യാപികയായി ജോലി നോക്കി. ഇപ്പോൾ കേരള സർക്കാരിന്റെ ഭരണപരിഷ്കാരവകുപ്പിനു കീഴിലുള്ള ഇൻസ്റ്റിറ്റ്യൂട്ട് ഓഫ് മാനേജ്മെന്റ് ഇൻ ഗവൺമെന്റിൽ (ഐ എം ജി) അസിസ്റ്റന്റ് പ്രൊഫസർ.

ഭർത്താവ് : മനോജ്കുമാർ കെ കെ (അദ്ധ്യാപകൻ)
മക്കൾ : ആദിത്യ മനോജ്
അദ്വൈത മനോജ്
വിലാസം : മഞ്ജീരം, ശ്രീഭദ്രാ നഗർ,
വയലിക്കട, പേരൂർക്കട.
ഫോൺ : 9497571803

ഉള്ളടക്കം

പ്രസാധകക്കുറിപ്പ്

നാടോടിക്കഥകൾ കാലങ്ങളും ദേശങ്ങളും കടന്ന് ലോകത്തിന്റെ പൊതുസമ്പത്തായി മാറിക്കഴിഞ്ഞു. ഓരോ ദേശത്തും കാലത്തുമുള്ള നാടോടിക്കഥകൾ പുനരാഖ്യാനങ്ങളിലൂടെ പുതുജീവൻ കണ്ടെത്തും. കുട്ടികൾക്ക് വായിച്ചു രസിക്കാനും മുതിർന്നവരാൽ വായിച്ചു കേൾക്കാനും പാകത്തിലുള്ള ഏതാനും മെക്സിക്കൻ നാടോടിക്കഥകളാണ് ഈ കുഞ്ഞു പുസ്തകത്തിൽ. ഡോ. അനിഷ്യ ജയദേവ് മെക്സിക്കൻ കഥകളുടെ ആത്മാവു നഷ്ടപ്പെടാതെ ലളിതമായി പുനരാഖ്യാനം നിർവ്വഹിച്ചിരിക്കുന്നു.

ചിന്ത പബ്ലിഷേഴ്സ്

പുഞ്ചിരിക്കുന്ന മുയൽ

ഒരു വൃദ്ധനും ഭാര്യയും ഒരു കൊച്ചു വൈക്കോൽ കുടിലിൽ പാർത്തിരുന്നു. പാവപ്പെട്ട ആ ദമ്പതികളുടെ ആകെ സമ്പാദ്യം ഒരു മുയലും ഒരു ചെറുകടുവയും മാത്രം. ക്ഷാമകാലത്ത് അവസാന ധാന്യമണിയും തീർന്നപ്പോൾ വിശപ്പു സഹിക്കാനാവാതെ അവർ ആ മുയലിനെ തിന്നാൻ തീരുമാനിച്ചു. അതിനായി അടുപ്പത്ത് വെള്ളവും വച്ചു.

ഇതു കണ്ട് കടുവാക്കുട്ടൻ പറഞ്ഞു:

"നീ രക്ഷപ്പെടാൻ പോകുന്നില്ല മുയലേ, അവർ നിന്നെ തിന്നും, ഒരു കഷണം എനിക്കും കിട്ടിയേക്കാം."

"ഇല്ല കടുവച്ചാരേ" മുയൽ പറഞ്ഞു: "അപ്പുറത്ത് വെള്ളം തിളയ്ക്കുന്നത് പ്രാതലിന് പുഡ്ഡിങ് ഉണ്ടാക്കുവാനാണ്."

"അല്ല" കടുവ ശഠിച്ചു, "അവർ നിന്നെ പുഴുങ്ങിത്തിന്നും. സംശയമില്ല."

"തികച്ചും സത്യം" മുയൽ മൊഴിഞ്ഞു. "മാത്രവുമല്ല ഞാൻ അതു തെളിയിക്കാം. നീ എന്റെ കൂട്ടിൽ കയറിനോക്കൂ. അവർ നിനക്ക് ആദ്യം പുഡ്ഡിങ് തരും കേട്ടോ."

കേട്ട പാതി കേൾക്കാത്ത പാതി കടുവ കൂട്ടിൽ കയറി, മുയൽ കൂടടച്ച് ഓടി രക്ഷപ്പെട്ടു. ഏറെ നേരം കഴിഞ്ഞപ്പോഴാണ് താൻ പെട്ട കെണിയെപ്പറ്റി കടുവയ്ക്ക് ബോദ്ധ്യം വന്നത്. അത്രനേരം

അവൻ പുഡ്ഡിങ് പ്രതീക്ഷിച്ചു കാത്തിരുന്നു കേട്ടോ. കലിപൂണ്ട കടുവ കൂടും തകർത്തു മുയലിനെ പിന്തുടർന്നു.

ഓടി ഓടി കാതങ്ങൾ താണ്ടി കടുവ ഒരു ഖനിക്കുള്ളിലെ ഗുഹയിൽ മുയലിനെ കണ്ടെത്തി.

"കിട്ടിപ്പോയി മുയലേ ഞാനിപ്പം നിന്നെ ശാപ്പിടും."

"എന്താ കൂട്ടുകാരാ, നീ എന്തായി പറയുന്നേ, എനിക്കൊന്നും മനസ്സിലാകുന്നില്ലല്ലോ, എത്രയോ കാലമായി ഞാനിവിടെ പാർക്കുന്നു. ക്ഷമിച്ചാലും. ഞാൻ തിരക്കിട്ട് പണിയിലാണ് കണ്ടില്ലേ. എന്റെ മേല്ക്കൂര ഇതാ തകരാറിലായി."

"അപ്പോൾ എന്നെ വിഡ്ഢിയാക്കിയ ആ മുയൽ നീ അല്ലേ." കടുവ സംശയത്തോടെ മുരണ്ടു.

"ഒരിക്കലും അല്ല! എന്നെ ഒന്നു സഹായിക്കൂ. ഈ ഭിത്തി ഒന്നു താങ്ങിപ്പിടിക്കൂ. ഞാൻ ഒരു കോൽ കൊണ്ടു വരട്ടെ മേല്ക്കൂര താങ്ങാൻ. സൂക്ഷിക്കൂ കൈവിട്ടു പോകരുത്, മേല്ക്കൂര തകർന്ന് നീ ചമ്മന്തിയാകാൻ അതുമതി." കടുവ പിൻകാലുകളിൽനിന്ന് ഭിത്തിയും മേല്ക്കൂരയും താങ്ങിപ്പിടിച്ചു.

നേരം ഏറെക്കഴിഞ്ഞു. കടുവ തളർന്ന് വലഞ്ഞു. ഭിത്തിക്കൊന്നും പറ്റിയില്ലെന്ന് പ്രത്യേകം പറയണോ? വിഡ്ഢിയാക്കപ്പെട്ടതോർത്ത് കടുവ കലികൊണ്ട് തുള്ളി. ചതിയൻ മുയലിനെ ചതയ്ക്കണം. അവൻ വീണ്ടും പുറപ്പെട്ടു.

അപ്പോഴതാ മുയൽ ഒരു വള്ളിയിൽ തൂങ്ങി ആടുന്നു. രണ്ടു തവണ പമ്പരവിഡ്ഢിയായ കടുവയെക്കുറിച്ചോർത്ത് അവൻ ഊറിയൂറി ചിരിച്ചു. മതിമറന്നാടിയ മുയൽ കടുവ ചാടി പിടിച്ചതറിഞ്ഞില്ല. കടുവ വള്ളി ബലമായി വലിച്ചു. പിടിവിട്ട് മുയൽ തെറിച്ച് അന്തരീക്ഷത്തിലേക്കുയർന്നു. ചിരി സഹിക്കാനാവാതെ മുയൽ അവന്റെ വയർ പൊത്തിപ്പിടിക്കുന്നുണ്ടായിരുന്നു. ചിരിച്ചു ചിരിച്ചു ഉയർന്നുയർന്ന് നമ്മുടെ മുയൽ ചന്ദ്രനിലെത്തി കേട്ടോ.

അതാണ് പൂർണ്ണചന്ദ്രൻ രാത്രി ഉദിക്കുമ്പോൾ ഇന്നും അതിനുള്ളിൽ വയർ പൊത്തിച്ചിരിക്കുന്ന മുയലച്ചനെ കാണുന്നത്.

രണ്ട് കൂനൻമാർ

ഒരിടത്തൊരിടത്ത് പണ്ടൊരിക്കൽ രണ്ട് കൂനന്മാർ ഉണ്ടായിരുന്നു. ഒരുവൻ നന്മ നിറഞ്ഞവൻ. അപരൻ ചതിയനും. നാട്ടിൻപുറമല്ലേ, എല്ലാവരുടെയും കളിയാക്കലും മറ്റും താങ്ങാനാവാതെ അവർ പർവ്വതം കടന്ന് മരം വെട്ടാൻ പോയി. അപ്പോൾ, ദയാലുവായവൻ, നമുക്കവനെ ടോം എന്നു വിളിക്കാം; പണി മുഴുവൻ ചെയ്തു. കൂട്ടുകാരനായ ആ സ്വാർത്ഥൻ, അവൻ സാം ആകട്ടെ. അവൻ കുഴിമടിയനായിരുന്നു. അവൻ എപ്പോഴും ടോമിനോട് പറയും. "നോക്കൂ, എനിക്ക് തീരെ വയ്യ, നീ തന്നെ പോയി മരം മുറിച്ച് കൊണ്ടു വരൂ." ദയാലുവായ ടോം ആ കാടും മലയും കടന്ന് ദിനംപ്രതി, ആഴ്ചതോറും ജോലി എല്ലാം തനിയെ ചെയ്തുവന്നു.

ഒരു ദിവസം സാം പതിവുപോലെ വീട്ടിൽ ഇരുന്നു. ടോം ജോലിചെയ്ത് തളർന്ന് വലഞ്ഞു. വീടകലെ ആയിരുന്നതു കാരണം ഒരു കൊച്ച് വെള്ളച്ചാട്ടത്തിനരികെ തമ്പടിച്ചു. അർദ്ധ രാത്രി ഒരു പാട്ട് കേട്ടാണ് ടോം എഴുന്നേറ്റത്. കുറച്ച് നേരം അയാൾ കരുതിയത് അടുത്തു തന്നെ താവളമടിച്ചിട്ടുള്ള ആരോ പാടുകയാണ് എന്നാണ്. പക്ഷേ, ആ ശബ്ദം അലൗകികമാണെന്ന് ഏറെ താമസിയാതെ ടോമിന് ബോദ്ധ്യമായി. അതിനാൽ അയാൾ ബദ്ധശ്രദ്ധനായി ഉറച്ച കാൽവയ്പുകളോടെ സംഗീതം കേട്ട

ഭാഗത്തേക്കു നടന്നു. അപ്പോഴതാ ഒരു സംഘം ദേവതമാർ നൃത്തം ചെയ്യുന്നു; ഒരു ആഴിക്കു ചുറ്റും.

"തിങ്കളും, ചൊവ്വയും, ബുധനും മൂന്ന് പ്രാവശ്യം" ഇതുതന്നെ അവർ ആവർത്തിച്ചുകൊണ്ടേയിരുന്നു. കേട്ടാൽ അവർക്കിതല്ലാതെ മറ്റൊന്നും അറിയില്ലെന്നു തോന്നും. അപ്പോൾ ടോമിന് അവരോട് സംസാരിക്കണം എന്നു തോന്നി. പിന്നെയും അവർ പാട്ടു തുടർന്നപ്പോൾ, അയാൾ അവർക്കരികെ ചെന്നു. ദേവതമാർ അയാളെക്കണ്ടു എന്ന് പ്രത്യേകം പറയണോ.

"മനുഷ്യാ... നിനക്കെന്ത് വേണം?" ദേവതമാർ ചോദിച്ചു. "എന്തിനാണ് ഞങ്ങളുടെ സ്വാസ്ഥ്യം തകർക്കുന്നത്"

"എനിക്ക് നിങ്ങളെ സഹായിക്കാൻ കഴിയും. എന്നെ ശ്രദ്ധിച്ചാലും. ഈ പാട്ട് കുറച്ചു കൂടി ഞാൻ മെച്ചപ്പെടുത്താം." അയാൾ പാടി.

തിങ്കളും ചൊവ്വയും ബുധനും മൂന്ന് പ്രാവശ്യം
വ്യാഴവും വെള്ളിയും ശനിയും ആറ് പ്രാവശ്യം

ഓ... അവർ ആഹ്ലാദഭരിതരായി.

അപ്പോഴാണ് ടോമിന്റെ വൃത്തികെട്ട കൂന് അവരുടെ ശ്രദ്ധയിൽപ്പെട്ടത്. അവനോട് അവർ മുട്ടുകുത്തി നില്ക്കാൻ ആവശ്യപ്പെട്ടു. അതിൽ മാന്ത്രികദണ്ഡിനാൽ തൊട്ടു. അവന്റെയാ കൂന് അപ്രത്യക്ഷമായി. അവൻ സുന്ദരനും ബലവാനുമായി രൂപാന്തരപ്പെട്ടു.

പൊടുന്നനെ ഭൂമി കുലുങ്ങി, പർവ്വതം പിളർന്നു. ഭീഷണശബ്ദം ഉയർന്നു.

"അയ്യോ!!!! നരഭോജികൾ പെട്ടെന്ന്" ദേവതമാർ മരംവെട്ടുകാരനോട് പറഞ്ഞു. "ആ മരത്തിൽ കയറൂ. അല്ലെങ്കിൽ ആ നരഭോജികൾ നിന്നെ തിന്നും." അവർ അപ്രത്യക്ഷരായി. കണ്ണടച്ചുതുറക്കുന്ന വേഗത്തിൽ നമ്മുടെ ടോം അതാ മരത്തിൽ കയറി ഇലപ്പടർപ്പിൽ മറഞ്ഞിരുന്നു. വികൃതരൂപികളായ നരഭോജികൾ ക്ഷിപ്രവേഗത്തിൽ ആ മരച്ചുവട്ടിൽ എത്തി സംസാരം തുടങ്ങി. "കൂട്ടുകാരെ, ഈ ആഴ്ച ചെയ്ത നീചകൃത്യങ്ങളുടെ ഒരു അവലോകനം നടത്തൂ." നേതാവ് മറ്റുള്ളവരോട് ആവശ്യപ്പെട്ടു.

“ഞാൻ,” ഒരു വൃത്തികെട്ടവൻ ആരംഭിച്ചു. “ഒരു ഗ്രാമത്തെ മുഴുവൻ അന്ധന്മാരാക്കി. അവന്മാർക്കിനി സൂര്യപ്രകാശം പോലും കാണുക സാദ്ധ്യമല്ല.”

അവർ ചിരിച്ചു ചിരിച്ചു മറിഞ്ഞു. പരസ്പരം ഇക്കിളിയിട്ട് പിന്നെയും ചിരിച്ചു.

രണ്ടാമൻ പറഞ്ഞു.

“ഇതെന്തോന്ന് പണിയാടെ? ഞാൻ ഒരു രാജ്യത്തെ എല്ലാവരെയും മിണ്ടാതാക്കി. ഒരിളംകുഞ്ഞിനു പോലും ഇനി അവിടെ കരയാൻ പറ്റില്ല.”

എല്ലാ നികൃഷ്ടന്മാരും ചേർന്ന് ചിരി... ചിരി.... അലർച്ച.....

“കൂട്ടരേ, ഞാൻ മടിപിടിച്ചിരുന്നുവെന്നാണോ ധരിക്കുന്നത്? ഞാൻ ഒരു കൂട്ടരെ ബധിരന്മാരാക്കി. എത്രമാത്രം ബധിരത എന്ന് ചോദിച്ചാൽ സ്വന്തം ആത്മാവിന്റെ നിലവിളിപോലും കേൾക്കാത്ത തരത്തിൽ,” ചിരിച്ചു ചിരിച്ചു നിലത്തുരുളുന്ന നരഭോജികളെ കണ്ട് ടോം സ്തബ്ധനായി. മറ്റുള്ളവരുടെ ദുഃഖത്തിൽ തിമിർത്തുത്സാഹിക്കുന്നത്ര ദുഷ്ടന്മാരാണ് ഈ നരഭോജികൾ. അവൻ ചിന്തിച്ചു. ശേഷം അവരുടെ സംഭാഷണം ശ്രദ്ധിച്ച മരം വെട്ടുകാരൻ ടോം പേടിച്ച് കിടുങ്ങി.

“എന്തൊക്കെയായാലും,” ആദ്യത്തവൻ പറഞ്ഞു, “ഞാൻ ചെയ്തപോലെല്ലാരെയും പൊട്ടക്കണ്ണന്മാർ ആക്കിയിരുന്നെങ്കിൽ എന്തു നന്നായേനെ. ആ മണ്ടന്മാർക്കറിയില്ല എത്ര എളുപ്പം അവർക്ക് കാഴ്ച തിരിച്ച് കിട്ടാം എന്ന്. എന്തായാലും ഞാൻ അവരെ ഭേദമാക്കാനോ രക്ഷാമാർഗ്ഗം പറഞ്ഞു കൊടുക്കാനോ പോകുന്നില്ല.”

“നന്നായി.” മറ്റൊരുവൻ പറഞ്ഞു. “എന്നാലും നീ ഞങ്ങളോട് പറയില്ലേ. എന്താണാ രഹസ്യം എന്ന്? എനിക്കും അറിയാം ഇവിടെ ഉള്ളവർക്ക് ബധിരത മാറ്റാനുള്ള രഹസ്യവും കേൾവി വരുത്താനുള്ള സൂത്രവും അറിയാമെന്ന്.”

“അതെ” മൂന്നാമൻ സമ്മതിച്ചു. ”എനിക്കറിയാം ഞാൻ ഉണ്ടാക്കിയ പ്രശ്നത്തിന്റെ പ്രതിവിധി.”

“മാന്യരെ,” ആദ്യത്തെ നരഭോജി പറഞ്ഞു. ”അന്ധത അകറ്റാൻ ചെയ്യേണ്ടതിത്രമാത്രം. ഏപ്രിൽ ആദ്യവാരം

ഉണ്ടാകുന്ന മഞ്ഞുതുള്ളി ശേഖരിച്ച് വിരലിൽ മുക്കി കണ്ണുകളിൽ പുരട്ടുക. കാഴ്ച സുനിശ്ചിതം."

"ഈ രഹസ്യം വളരെ പരമ്പരാഗതമാണ്, പുറത്തു പോകാതെ സൂക്ഷിക്കണേ," രണ്ടാം നരഭോജി ഓർമ്മിപ്പിച്ചു. "എന്റെ രഹസ്യം എന്താണെന്നോ? ഇത് അന്ധത മാറ്റുന്നതിനേക്കാൾ പ്രയാസം. നിങ്ങൾ പള്ളിമണിക്കുന്നിനെപ്പറ്റി കേട്ടിരിക്കുമല്ലോ? കേൾവിശക്തി നശിച്ചവരെ അവിടെ കൊണ്ടുപോയി കുന്നിനോട് ചേർത്തിരുത്തണം. ആ കുന്നിലെ പാറയിൽ കൊട്ടുവടി എടുത്ത് ആഞ്ഞ് അടിക്കണം. ഇതുമാത്രമല്ല മറ്റേതൊരു അസുഖവും പമ്പ കടക്കും."

"ഹാ! ഇതെത്ര നിസ്സാരം." മൂന്നാം നരഭോജി പറഞ്ഞു. "ബധിരത മാറ്റണമെങ്കിൽ കൂട്ടുകാരേ, താഴ്‌വരയിൽ പോയി സെനിസോ ചെടിയുടെ പൂക്കൾ പറിച്ച് എടുക്കണം. പുതുമഴയ്ക്കുശേഷം വിടരുന്ന പൂക്കളാവണം കേട്ടോ. അതു തിളപ്പിച്ച് ചായപോലെ അരിച്ചെടുത്ത് കുടിക്കൂ. സംസാരശേഷി തിരിച്ചുകിട്ടും. ഏതു മാരകരോഗവും പമ്പകടക്കും."

നരഭോജികൾ ഉത്സാഹത്തോടെ രഹസ്യങ്ങൾ പങ്കുവച്ചു. നേരം പുലരാറായെന്നു കണ്ട് അവർ അടുത്ത വർഷം അതേ സമയം അതേ സ്ഥലത്ത് എത്തിച്ചേരും എന്നു പ്രതിജ്ഞ ചെയ്തു.

നരഭോജികൾ സ്ഥലം വിട്ടതും ടോം ചാടിയിറങ്ങി തന്നത്താൻ പറഞ്ഞു. "ആ ദേവതമാർ എത്ര കരുണയുള്ളവരായിരുന്നു. എന്നോട് കാട്ടിയ ദയാവായ്പിനുപകരം ഞാൻ പോയി നരഭോജികൾ ദ്രോഹിച്ച പാവം ജനത്തെ സഹായിക്കും ഏപ്രിൽ ആകാൻ എത്രയോ താമസിക്കും. അതിനാൽ ഞാൻ ആദ്യം ബധിരരെയും മൂകരെയും സഹായിക്കും." നടന്നു നടന്നു ടോം മൂകരുടെ നാട്ടിൽ എത്തി. ടോം സെനിസോ പൂക്കളിറുത്ത് ചായ ഉണ്ടാക്കി. മൂകരായ ആ ജനത്തിനു നല്കി. എന്തിനധികം പറയുന്നു, എല്ലാവരും സംസാരശേഷി വീണ്ടെടുത്തു. നന്ദി പ്രകാശിപ്പിക്കേണ്ടതെങ്ങനെ എന്നറിയാതെ അവർ മരംവെട്ടി ടോമിന്റെ കൊച്ചു കഴുതപ്പുറത്ത് അസംഖ്യം സ്വർണ്ണക്കട്ടികളും വെള്ളിക്കട്ടികളും നിറച്ചു വച്ചു. മൂകരുടെ നാട്ടിൽനിന്ന് നല്ലവനായ ടോം പള്ളിമണിക്കുന്നിലെത്തി. എന്നിട്ട് ഓരോ

ബധിരനെയും സുഖപ്പെടുത്തി. എന്തൊരാഹ്ലാദം. വളരെയധികം സ്വർണ്ണവും വെള്ളിയും അവർ ആ പാവം മരംവെട്ടുകാരന് നല്കി.

അവസാനം, കാലങ്ങൾക്കുശേഷം ടോം അവനെ കാത്തിരിക്കുന്ന കുശുമ്പനായ കൂട്ടുകാരന്റെ അടുത്തെത്തി. അവനോട് തന്റെ സാഹസികകഥ പറഞ്ഞു. അവന് കഥയോ സ്വർണ്ണമോ വെള്ളിയോ ഒന്നുമല്ല ആകർഷകമായി തോന്നിയത്. എങ്ങനെയെങ്കിലും ഈ കൂനൊന്ന് മാറ്റണം.

"സുഹൃത്തേ, എന്തുകൊണ്ട് നീ എനിക്ക് ആ മരം എവിടെ എന്നു പറഞ്ഞു തരുന്നില്ല. ആ നരഭോജികൾ അവിടെ തിരിച്ചെത്താറായിട്ടുണ്ടാവും. അവർ എന്നെ ധനികനാക്കില്ല എന്നാരു കണ്ടു. അതിലുപരി ആ ദേവതമാർ എന്റെ കൂനും മാറ്റിയേക്കാം."

ദയാലുവായ ടോം എല്ലാ വിവരങ്ങളും കൂട്ടുകാരനു കൈമാറി. അടുത്ത ദിവസം ടോം അവനെ ആ സ്ഥലത്ത് എത്തിച്ചു. അന്നായിരുന്നു നരഭോജികൾ മേളിക്കുന്ന ദിവസം. ടോമിനു നന്ദി പോലും പറയാതെ ആ കൂനൻ മരംവെട്ടി ദേവതമാരെയും നരഭോജികളെയും പ്രതീക്ഷിച്ച് മരത്തിൽ കയറി ഇരിപ്പായി.

ദേവതമാർ വരുന്നതിനു മുമ്പുതന്നെ ഭൂമി കുലുങ്ങി പിളർന്നു. നരഭോജികൾ എത്തിച്ചേർന്നു.

"കൂട്ടുകാരേ," വലിപ്പമേറിയ ആ ഒന്നാമത്തെ നരഭോജി അലറി: "നമ്മുടെ ഇടയിൽ ഒരു ചതിയനുണ്ട്. അവൻ എന്റെ ജനത്തിന്റെ അന്ധത മാറ്റി. നമ്മൾ തമ്മിൽ ഒരു വർഷം മുമ്പു സംസാരിച്ച കാര്യം മറ്റാരറിയാനാണ്?"

"അതു ഞാനല്ല," രണ്ടാമൻ പറഞ്ഞു. "കാരണം ഞാൻ മൂകരാക്കിയ എല്ലാവരും സംസാരിച്ചുതുടങ്ങി."

"അതെ. ഞാൻ ബധിരരാക്കിയവരെ ഒരു മരംവെട്ടി വന്ന് ഭേദമാക്കി."

"അതെ അവൻതന്നെ." കലിതുള്ളി മറ്റു രണ്ടുപേരും. "അവൻ തന്നെയാണ് അവരെ സുഖപ്പെടുത്തിയത്."

അപ്പോഴേക്കും വനദേവതമാർ എത്തി. അവർക്കപ്പോൾ നരഭോജികളെ ഭയമുണ്ടായിരുന്നില്ല.

തിങ്കളും ചൊവ്വയും ബുധനും മൂന്ന് വ്യാഴം വെള്ളി ശനിയായാൽ ആറ്. കൂനൻ ദേവതമാരെ കണ്ടു. ആറ് എന്നു അവർ പറയേണ്ട താമസം.

"ഞായർ ഏഴ്" എന്ന് കൂനൻ വിളിച്ചു കൂവി.

ആ മാത്രയിൽ നരഭോജികളും ദേവതമാരും ശിലപോലെയായി. അടുത്ത മാത്രയിൽ അവരവരുടെ കഴിവ് വീണ്ടെടുത്തു. നമ്മുടെ പാട്ട് നശിപ്പിക്കപ്പെട്ടു എന്ന് നിലവിളിച്ചുകൊണ്ട് ദേവതമാർ അപ്രത്യക്ഷമായി.

ചുറ്റും നോക്കിയ നരഭോജികൾ കൂനനെ കണ്ടു. "ഇതാ ആ ചതിയൻ." ആ മരത്തിൽനിന്ന് അവനെ വലിച്ച് താഴെയിട്ടു, "എടാ ചിലന്തീ, നീയാണോ ഞങ്ങളുടെ രഹസ്യം മുഴുവൻ വെളിവാക്കിയത്. ഇതു പിടിച്ചോ" എന്നു പറഞ്ഞ് ഒരു കൂനും കൂടി അവന്റെ മുതുകത്ത് വരുത്തി.

കരടി രാജകുമാരൻ

ഒരിടത്ത് ഒരു മരംവെട്ടുകാരൻ ഉണ്ടായിരുന്നു. അയാൾക്ക് അതിസുന്ദരിമാരായ മൂന്നു പുത്രിമാർ. അതിൽ ഇളയവൾ അതീവസുന്ദരി. ഒരു ദിവസം അയാൾ മരം വെട്ടുമ്പോൾ ഒരു ഓക്കുവൃക്ഷത്തിനരികിൽ നിന്ന് ഒരു പടുകൂറ്റൻ കരടി ചാടിവീണ് ആ കോടാലി പിടിച്ച് വാങ്ങി.

അതു മുരണ്ടു. "ആരാണെന്റെ വനത്തിൽനിന്ന് മരം വെട്ടാൻ നിന്നെ അനുവദിച്ചത്. കുറെക്കാലമായി നീ ഈ മോഷണം വച്ച് നടത്തുന്നു. മരണം തന്നെ നിനക്കുള്ള ശിക്ഷ."

"എന്നോട് ക്ഷമിച്ചാലും. കരടിരാജകുമാരാ" ആ പാവം മരം വെട്ടി കേണു. "ഞാൻ മരം വെട്ടിവിറ്റിരുന്നത് എന്റെ മൂന്ന് പെൺമക്കളെ സംരക്ഷിക്കാനായിരുന്നു. അങ്ങെന്നെ കൊന്നാൽ അവർ പട്ടിണികിടന്ന് ചാകും."

കരടി തെല്ലൊന്നു ആലോചിച്ചു.

"ഉം ശരി. നിന്റെ ജീവൻ രക്ഷിക്കാൻ ഒരു മാർഗ്ഗം ഉണ്ട്. നിന്റെ മക്കളിൽ ഒരാളെ എനിക്കു വിവാഹം ചെയ്ത് തരിക."

മരംവെട്ടുകാരന് ഉത്തരം മുട്ടി. അയാൾ അമ്പരന്ന് നിന്നു. എന്തായാലും എന്റെ മക്കൾ തീരുമാനിക്കട്ടെ. അവരുടെ അച്ഛന്റെ വിധി എന്താവണം എന്ന്. അങ്ങനെ ചിന്തിച്ച് അയാൾ വീട്ടിലെത്തി.

"അതിനേക്കാൾ നല്ലത്, പ്രിയപ്പെട്ട അച്ഛാ," അച്ഛന്റെ അവസ്ഥ കേട്ട മൂത്ത രണ്ടു മക്കളും ഒരേ സ്വരത്തിൽ പറഞ്ഞു. "മരണമാണ്."

നിൻഫ എന്നു പേരായ ഇളയ മകൾ പറഞ്ഞു. "അച്ഛാ ഞാൻ വിവാഹം ചെയ്യാം കരടിയെ."

അടുത്ത ദിവസം നിൻഫയും അച്ഛനും കാട്ടിലേക്ക് പോയി. കരടി അവർക്കുവേണ്ടി അവിടെ കാത്തു നില്പുണ്ടായിരുന്നു. സുന്ദരിയായ യുവതിയെ കണ്ട കരടിക്ക് സന്തോഷമായി.

നിൻഫ അപേക്ഷിച്ചു. "പ്രിയ കരടി രാജകുമാരാ, എന്തു ചെയ്താലും ദൈവഹിതം മാനിക്കണം എന്ന് എന്റെ അമ്മ എന്നെ ഉപദേശിച്ചിരുന്നു. അതിനാൽ ഞാൻ അങ്ങയെ വിവാഹം കഴിക്കണമെങ്കിൽ തീർച്ചയായും അതു കത്തോലിക്കാ മതമനുസരിച്ചുവേണം."

"അതിനെന്താ പ്രശ്നം," കരടി കാട്ടിൽ വന്നു വിവാഹം നടത്താൻ ഒരു പുരോഹിതനെ കൊണ്ടുവരാൻ അനുവദിച്ചു. മരംവെട്ടുകാരൻ നാട്ടിൽ പോയി ഒരുവനെ കൊണ്ടുവന്നു. അങ്ങനെ സുന്ദരിയായ നിൻഫയും ആ കരടിയും വിവാഹിതരായി.

കരടി അവളെ തന്റെ ഗുഹയിലേയ്ക്ക് കൊണ്ടുപോയി. നേരം നന്നേ ഇരുട്ടി. നമ്മുടെ കരടിരാജകുമാരൻ ഇങ്ങനെ ജപിച്ചു. "രോമക്കുപ്പായക്കാരൻ കരടീ ഭയങ്കരാ വേഗത്തിൽ മാറുക രാജകുമാരനായി." ആ നിമിഷം കരടി സുന്ദരനായ ഒരു രാജകുമാരനായിത്തീർന്നു. അവൻ നിൻഫയോട് ഇപ്രകാരം പറഞ്ഞു. "ഞാൻ ഒരു രാജകുമാരനാണ്. ഒരു മന്ത്രവാദിനിയാൽ ശാപഗ്രസ്തനായ ഞാൻ പകൽ കരടിയായും രാത്രി മനുഷ്യനായും ജീവിക്കാൻ വിധിക്കപ്പെട്ടിരിക്കുന്നു. നിനക്കിവിടെ എന്തും ചെയ്യാം. എന്നാൽ എന്റെ രഹസ്യം ആരോടും വെളിവാക്കരുത്."

അവൾ സർവ്വാത്മനാ സമ്മതിച്ചു. അടുത്ത സുപ്രഭാതത്തിൽ ഉറക്കം എണീറ്റ നിൻഫ തന്റെ ഭർത്താവ് ഇപ്രകാരം ജപിക്കുന്നതു കേട്ടു.

"സുന്ദരനും മനോഹരനും ആയ കുമാരാ ആവുക നീ ഒരു ഗംഭീരൻ കരടി."

ദിവസങ്ങളും മാസങ്ങളും കടന്നുപോയി. അവൾക്ക് ഒന്ന് നാട്ടിൽ പോയി കുടുംബത്തെ സന്ദർശിക്കണം എന്ന് ഒരു ആഗ്രഹം. എങ്ങനെയാണ് രാജകുമാരന്റെ സമ്മതം വാങ്ങുക. അവൾക്ക് ഒരു വിദ്യയും തോന്നിയില്ല. ദിവസങ്ങളെടുത്ത് ധൈര്യം സംഭരിച്ച് അവൾ ചോദിച്ചു.

"പ്രിയരാജകുമാരാ, ഇവിടെ അങ്ങയല്ലാതെ സംസാരിക്കാൻ ആരും ഇല്ലല്ലോ. ഞാൻ ഒന്നു നാട്ടിൽ പോയി വരാം, അത് വിദൂരമല്ല. മാത്രമല്ല എന്റെ അച്ഛനെയും സഹോദരങ്ങളെയും കണ്ടിട്ട് നാളെത്രയായി!" രാജകുമാരന് ആ പദ്ധതി അശേഷം ഇഷ്ടപ്പെട്ടില്ല. എന്നാൽ നിൻഫയുടെ നിർബ്ബന്ധത്തിനു വശംവദനായി അവസാനം കരടി രാജകുമാരൻ അവൾക്ക് പോയിവരാൻ അനുമതി കൊടുത്തു. തന്റെ രഹസ്യം ആരോടും വെളിവാക്കില്ല എന്ന വ്യവസ്ഥയിൽ.

അടുത്ത ദിവസം അതികാലത്ത് എഴുന്നേറ്റ നിൻഫ ആഡംബരമായി വസ്ത്രവിധാനംചെയ്ത് അച്ഛന്റെയും സഹോദരിമാരുടെയും അടുത്തേക്ക് യാത്രയായി. അവളെ അവർ സഹർഷം സ്വാഗതം ചെയ്തു. എന്നാൽ പിശാചുണ്ടോ മനുഷ്യനു സമാധാനം നല്കുന്നു.

ധനികയായിത്തീർന്ന അനുജത്തിയോടുള്ള അസൂയയും, പകയും കൊണ്ട് ചേച്ചിമാരുടെ മനസ്സു കലുഷിതമായി.

"എന്നാലും നിനക്കൊരു കരടിയെയാണല്ലോ ഭർത്താവായി കിട്ടിയത്. നാണക്കേട് തന്നെ." ചേച്ചിമാർ നിരന്തരം അവളെ കളിയാക്കിക്കൊണ്ടിരുന്നു. അവസാനം മനോനിയന്ത്രണം നഷ്ടപ്പെട്ട നിൻഫ ഭർത്താവിനോട് ചെയ്ത പ്രതിജ്ഞ മറന്നു. സത്യം എല്ലാവരോടും പറഞ്ഞു.

അപ്പോൾ മൂത്ത സഹോദരി ഇപ്രകാരം പറഞ്ഞു.

"നോക്കൂ, എന്തുകൊണ്ട് നീ നിന്റെ രാജകുമാരന്റെ ശാപമോചനം നേടാൻ ശ്രമിക്കുന്നില്ല. അതെളുപ്പമല്ലേ. ഇന്ന് രാത്രി അവനെ ധാരാളം കുടിപ്പിക്കുക. അവനുറങ്ങുമ്പോൾ കട്ടിലിൽ അവനെ ബന്ധിക്കുക. രാവിലെ മന്ത്രം ജപിക്കാനാകാത്ത രാജകുമാരന് പിന്നെ ഒരിക്കലും കരടിയാകേണ്ടി വരില്ല. നിനക്ക് മനുഷ്യനായി മാറിയ ഭർത്താവിനോടൊത്തു ജീവിച്ചുകൂടേ?"

നിൻഫ തിരിച്ചെത്തി. ചേച്ചി പറഞ്ഞതുപോലെ രാജകുമാരനെ ബന്ധനസ്ഥനാക്കി. രാവിലെ ഉറക്കമുണർന്ന കുമാരൻ തന്നെ കെട്ടപ്പെട്ട നിലയിൽ കണ്ട് സ്തബ്ധനായി. മന്ത്രം ജപിക്കാനാകാതെ തിരിച്ച് കരടിയാകാൻ സാധിച്ചില്ല.

"പ്രിയപ്പെട്ടവളെ," രാജകുമാരൻ വേദനയോടെ പറഞ്ഞു. "നീ പ്രതിജ്ഞ ലംഘിച്ചു. അതിന്റെ ഫലം അനുഭവിക്കുകതന്നെ വേണം. എനിക്ക് ശാപമോചനം ലഭിക്കാൻ നമ്മൾ ഒരു വർഷവും ഒരു ദിവസവും സന്തോഷത്തോടെ ഒരുമിച്ച് ജീവിക്കേണ്ടിയിരുന്നു. ഇനി നീ ചെയ്ത തെറ്റിന്റെ ശിക്ഷയായി നീ എന്നെത്തേടി അലയേണ്ടി വരും. പ്രത്യാശയുടെ ആലയത്തിലെത്തിച്ചേരാതെ നിനക്കെന്നെ കണ്ടെത്താനാകില്ല. ഇത്രയും പറഞ്ഞ് രാജകുമാരൻ അപ്രത്യക്ഷനായി." നിൻഫ വാവിട്ട് നിലവിളിച്ചു. എന്തെന്നാൽ അവൾ രാജകുമാരനെ അതിയായി സ്നേഹിച്ചിരുന്നു.

ഭർത്താവിനെ കണ്ടുപിടിക്കും എന്ന ഉറച്ച തീരുമാനത്തോടെ അവൾ പ്രത്യാശയുടെ ആലയത്തെ ലക്ഷ്യമാക്കി യാത്ര പുറപ്പെട്ടു. ഒരു ചെറിയ സഞ്ചിയിൽ അത്യാവശ്യമുള്ള വസ്തുക്കൾ ശേഖരിച്ച് അവൾ യാത്ര യായി.

നടന്ന് നടന്ന് അവൾ മന്ത്രവാദിനി താമസിക്കുന്ന കാട്ടിൽ എത്തി.

"നിൻഫ," മന്ത്രവാദിനി ചോദിച്ചു. "നിനക്ക് എന്താണ് വേണ്ടത്? നീ ഇവിടെ എന്തു ചെയ്യുകയാണ്?"

"ഞാൻ പ്രത്യാശയുടെ ആലയം തേടി പോകുന്നു. അതേപ്പറ്റി എന്തെങ്കിലും നിങ്ങൾക്കറിയാമോ?"

"ഇല്ല, എനിക്കറിയില്ല." മന്ത്രവാദിനി പറഞ്ഞു. "ഈ വഴി നിന്നെ എന്റെ പിതാവിന്റെ അടുത്ത് എത്തിക്കും. അദ്ദേഹത്തിന് ഒരുപക്ഷേ നിന്നെ സഹായിക്കാൻ കഴിഞ്ഞേക്കും. ഈ കായ സൂക്ഷിക്കൂ. ആപത്ത് ഘട്ടത്തിൽ മാത്രം ഇതിനെ പിളർത്തുക. നിന്നെ ഇതു കാത്തുകൊള്ളും."

നിൻഫ വൃദ്ധയായ മന്ത്രവാദിനിക്ക് നന്ദി പറഞ്ഞു. നടന്ന് നടന്ന് അവൾ മന്ത്രവാദിനിയുടെ പടുവൃദ്ധനായ അച്ഛൻ താമസിക്കുന്ന കാട്ടിലെത്തി. അദ്ദേഹത്തിന് പ്രത്യാശാഗോപുരം എവിടെ എന്നറിയില്ലായിരുന്നു. എന്നാൽ അദ്ദേഹം പറഞ്ഞു.

"നേരെ പോകൂ മുന്നോട്ട്. പാതയുടെ അന്ത്യത്തിൽ നീ എന്റെ ജ്യേഷ്ഠന്റെ അടുത്ത് എത്തും. അത്രടം യാത്ര ചെയ്താൽ ഒരുപക്ഷേ അദ്ദേഹം നിന്നെ സഹായിക്കും. ഞാൻ നിനക്ക് ഒരു കായ് തരാം. ആപത്തു ഘട്ടങ്ങളിൽ അതു നിന്നെ തുണയ്ക്കാതിരിക്കില്ല."

നിൻഫ നടന്ന് നടന്ന് മൂന്നാമത്തെ മന്ത്രവാദിയുടെ അടുത്ത് എത്തി. എന്നാൽ അദ്ദേഹത്തിനും അറിയില്ലായിരുന്നു ഗോപുരം എവിടെ എന്ന്. എന്നാൽ ഒരു മാർഗ്ഗം പറഞ്ഞു കൊടുക്കുക എന്നതാണല്ലോ പ്രധാനം. അദ്ദേഹം പറഞ്ഞു. "അമ്പിളിക്ക് അറിയാമായിരിക്കും. തീർച്ച. ഈ വഴി നിന്നെ അവളുടെ അടുത്ത് എത്തിക്കും. സൂക്ഷിക്കണം. അവൾ വളരെ ശുണ്ഠിക്കാരിയാണ്. ഞാനും തരാം നിനക്കൊരു കായ. ആപത്തു കാലത്ത് ഉപയോഗിക്കൂ."

നിൻഫ പുറപ്പെട്ടു. പാവം പെൺകുട്ടി. തളർന്നവശയായി അവൾ ആ രാത്രി അമ്പിളിയുടെ വീട്ടിൽ എത്തി. വാതിൽ മുട്ടു കേട്ട് ഒരു ചെറിയ രൂപമുള്ള വൃദ്ധ വാതിൽ തുറന്നു. അവർ അമ്പിളിയുടെ വീട്ടുകാരത്തിയായിരുന്നു.

"പരമകാരുണ്യവാനായ ദൈവമേ!, നീ എന്താണിവിടെ?" വൃദ്ധ അത്ഭുതപ്പെട്ടു. "അറിയില്ലേ അമ്പിളി നിന്നെ കണ്ടാൽ പിടിച്ചു വിഴുങ്ങുമെന്ന്?"

നിൻഫ കണ്ണീരോടെ അവളുടെ കദനകഥ പറഞ്ഞു. ദയവു തോന്നിയ വൃദ്ധ പറഞ്ഞു.

"നീ ഒരു കാര്യം ചെയ്യു കുട്ടി. നീ ആ അടുപ്പിനു പിറകെ നില്ക്കൂ. അമ്പിളി വരുമ്പോ തഞ്ചത്തിൽ പ്രത്യാശയുടെ ഗോപുരം എവിടെയാണെന്ന് ഞാൻ ചോദിച്ചറിയും."

നേരം പരപരാ വെളുത്തു. കാലിലൊരു മുള്ളു കൊണ്ടതിന്റെ ദേഷ്യത്തിൽ കലിതുള്ളി അമ്പിളി എത്തി.

അടുക്കളയിലെത്തിയപാടെ മണം പിടിച്ചുകൊണ്ട് അമ്പിളി പറഞ്ഞു. "എനിക്കു മനുഷ്യമാംസം മണക്കുന്നു. അതിനെ എനിക്ക് തരൂ. അല്ലെങ്കിൽ ഞാൻ നിന്നെ ഇന്നു ഭക്ഷണമാക്കും."

"നിനക്ക് ഭ്രാന്താണ്." വൃദ്ധ പരിഭവപ്പെട്ടു. "അടുപ്പിൽ ചുട്ട മാംസമുണ്ട്. അതിന്റെ മണമാണ് നീ തെറ്റിദ്ധരിച്ചത്. ഭക്ഷിച്ച് കിടന്നുറങ്ങ്. നീ വല്ലാതെ ക്ഷീണിച്ചു."

അമ്പിളി ഭക്ഷണം തുടങ്ങി. വൃദ്ധ സംസാരിച്ചുതുടങ്ങി. "അതെ, കഴിഞ്ഞ ദിവസം ഒരു മൂങ്ങാ ഈ വഴി വന്നു. സംസാരമദ്ധ്യേ പ്രത്യാശയുടെ ഗോപുരത്തെപ്പറ്റി അതു പറഞ്ഞു. ഇത്രയും വിദുഷിയായ നിനക്കത് എവിടെ എന്ന് അറിയാതെ തരമില്ല. ഒന്നു പറയൂ. പ്രത്യാശയുടെ ഗോപുരം എവിടെയാണ്?"

"സത്യം പറഞ്ഞാൽ എനിക്കറിയില്ല." അമ്പിളി പറഞ്ഞു. "പക്ഷേ, സൂര്യനറിയാം ഉറപ്പ്."

അമ്പിളി ഉറങ്ങിയ തക്കം നോക്കി വൃദ്ധ നിൻഫയെ സ്വതന്ത്രയാക്കി. "കുഞ്ഞേ, അവൾ ഉണരുംമുമ്പ് രക്ഷപ്പെടൂ. ഈ വഴി നിന്നെ സൂര്യനടുത്തെത്തിക്കും."

നിൻഫ നടന്ന് നടന്ന് സൂര്യന്റെ ഗൃഹത്തിലെത്തി. അവൾ വാതിൽക്കൽ മുട്ടിവിളിച്ചു. ഒരു കൊച്ചു വൃദ്ധ കതക് തുറന്നു. അവർ പറഞ്ഞു.

"പ്രിയമുള്ള നിൻഫ, നീയിവിടെ എന്തിനു വന്നു. അറിയില്ലേ. സൂര്യകിരണങ്ങൾ നിന്നെ പൊള്ളിച്ചു കരിക്കുമെന്ന്."

തേങ്ങിക്കരഞ്ഞുകൊണ്ട് ആ പെൺകുട്ടി തന്റെ കദനകഥ വൃദ്ധയെ അറിയിച്ചു. അതുകേട്ട് വൃദ്ധ ദുഃഖിതയായി. എന്നാൽ ഉടൻതന്നെ അവിടെ വെളിച്ചംകൊണ്ട് നിറഞ്ഞു. അതാ എത്തി സൂര്യൻ. പാവം നിൻഫ. മരിക്കാൻ തയ്യാറെടുത്തു അവൾ. എന്നാൽ വൃദ്ധ അലറി.

"സൂര്യൻ, നിങ്ങളവിടെ നില്ക്കുക. ഈ പാവം പെൺകുട്ടി പ്രത്യാശാഗോപുരം തിരഞ്ഞെത്തിയതാണ്."

"ഓഹോ, പ്രത്യാശാഗോപുരമോ." സൂര്യൻ ചോദിച്ചു.

കണ്ണീരോടെ നിൻഫ അവളുടെ ഉദ്ദേശ്യം അദ്ദേഹത്തെ അറിയിച്ചു.

"ഉം എനിക്കറിയാം ആ ഗോപുരം എവിടെ എന്ന്. അതു വളരെ ദൂരെയാണ്. ഞാൻ നിന്നെ അങ്ങോട്ട് കൊണ്ടുപോകുമായിരുന്നു, എന്നാൽ രാത്രി സഞ്ചരിക്കാൻ എനിക്ക് അനുവാദമില്ല. അടുത്തു തന്നെ എൻ എയറി എന്ന എന്റെ ഉത്തമ സുഹൃത്തുണ്ട്. അതെ കാറ്റു തന്നെ അദ്ദേഹം നിന്നെ അവിടെ എത്തിക്കും. ഈ വഴിയിലൂടെ തന്നെ മുന്നേക്കു പോകൂ. പറയൂ ഞാനാണ് നിന്നെ പറഞ്ഞയച്ചതെന്ന്."

അവസാനം നടന്ന് നടന്ന് കാറ്റിന്റെ വീട്ടിലെത്തി. വാതിലിൽ മുട്ടി. "ആരായാലും കടന്ന് അകത്തേക്ക് വരൂ, ആരു തന്നെയായാലും," കാറ്റ് അലറി.

നിൻഫ അകത്തേക്ക് പ്രവേശിച്ചു. തന്റെ കഥ പറയുന്നതിനു മുമ്പ് സൂര്യനാണ് ഒരപേക്ഷയോടെ തന്നെ ഇങ്ങോട്ട് അയച്ചത് എന്നറിയിച്ചു.

"എന്തുതന്നെയായാലും അതിനു ഞാൻ സഹായിക്കാം," കാറ്റ് മുൻകൂർ അറിയിച്ചു.

നിൻഫ തന്റെ കഥ പറഞ്ഞശേഷം തന്നെ പ്രത്യാശാഗോപുരത്തേക്ക് കൊണ്ടുപോകാൻ അപേക്ഷിച്ചു.

"വിഷമിക്കേണ്ട." കാറ്റ് പറഞ്ഞു. "ഞാൻ കൊണ്ടുപോകാം നിന്നെ."

നിൻഫയെ തോളിലേറ്റി എയറി കണ്ണു ചിമ്മും മുമ്പ് പ്രത്യാശാഗോപുരത്തിൽ എത്തി.

"നോക്കൂ അവിടെ എന്തോ വിരുന്നു നടക്കുന്നെന്ന് തോന്നുന്നു." പ്രകാശമാനമായ ഗോപുരം കാട്ടി കാറ്റ് പറഞ്ഞു. ദീപാലങ്കാരവും വാദ്യഘോഷവും കൊണ്ടു മുഖരിതമായ ഗോപുരത്തെനോക്കി കാറ്റു പറഞ്ഞു.

"എനിക്കുപോകണം കുഞ്ഞേ, നിന്നെ ദൈവം അനുഗ്രഹിക്കും. നിന്റെ ആഗ്രഹം നിവർത്തിയാക്കും." ഒരു ചുഴലിക്കാറ്റായി എയറി കടന്ന് പോയി.

നിൻഫ ഗോപുരവാതിലിൽ മുട്ടിയപ്പോൾ ഒരു പരിചാരകൻ വാതിൽ തുറന്നു. "എനിക്ക് നിങ്ങൾക്കുവേണ്ടി എന്തു ചെയ്യാൻ കഴിയും." അയാൾ തിരക്കി.

"എന്നെ എന്റെ രാജകുമാരന്റെ അടുക്കൽ എത്തിക്കുമോ."

"കുഞ്ഞേ, ഇപ്പോൾ സാധിക്കില്ല. രാജകുമാരൻ വിവാഹം കഴിഞ്ഞ് തന്റെ വധുവോടൊന്നിച്ച് നൃത്തം ചവിട്ടുകയാണ്."

"എന്നാൽ ദയവായി എന്നെ അദ്ദേഹത്തിന്റെ നൃത്തം കാണാൻ അനുവദിക്കൂ. ഞാൻ അത്തരം നൃത്തം ഇതേവരെ കണ്ടിട്ടില്ല."

"ശരി. പക്ഷേ, ഒരു നിബന്ധന. രാജകുമാരി നിന്നെ കാണരുത്. നീ ക്ഷണിക്കപ്പെട്ടവളല്ലാത്തതിനാൽ അവർക്ക് ദേഷ്യം വരാൻ ഇടയുണ്ട്."

അവൾ ഗോപുരത്തിൽ കടന്നു. തന്റെ ഭർത്താവ് രാജകുമാരൻ അതിഥികൾക്കൊപ്പം വിരുന്നു കഴിക്കുന്നത് കണ്ടു.

അവൾ ഭിത്തിയോട് ചേർന്ന് നിന്നു. അവിടെനിന്ന് തന്റെ ഭർത്താവിനെ ആകർഷിക്കാൻ ശ്രമിച്ചു. എന്നാൽ അദ്ദേഹം അവളെ ശ്രദ്ധിച്ചതേ ഇല്ല.

എന്നാൽ അവളെ ഒരാൾ കാണുന്നുണ്ടായിരുന്നു. പുതിയ വധു. അവൾ യഥാർത്ഥത്തിൽ ഒരു ദുഷ്ടയായ മന്ത്രവാദിനി ആയിരുന്നു. തന്റെ മന്ത്രവിദ്യക്ക് വിധേയയാക്കിയാണ് അവൾ അദ്ദേഹത്തെ വിവാഹം ചെയ്തത്. അവസാനം, രാജകുമാരൻ തന്റെ യഥാർത്ഥ ഭാര്യയെ കണ്ടു, തിരിച്ചറിഞ്ഞു. "അവളെ എന്റെ മുന്നിൽ എത്തിക്കൂ," അയാൾ ഉച്ചത്തിൽ പറഞ്ഞു.

എന്നാൽ ശബ്ദകോലാഹലങ്ങൾക്കിടയിൽ ആരും അവളെ ശ്രദ്ധിച്ചില്ല.

മന്ത്രവാദിനി തന്റെ പരിചാരകരോട് കല്പിച്ചു. "ആ ഭിക്ഷക്കാരിയെ ഓടിക്കൂ."

പിടികൂടപ്പെടും എന്നുറപ്പായതോടെ, നിൻഫ ആദ്യത്തെ കായ പൊട്ടിച്ചു. തൽക്ഷണം അവൾ ഒരു എലിയായി. മന്ത്രവാദിനി ഒരു കൂറ്റൻ പൂച്ചയായി. അവൾക്ക് നേരെ ചാടിവീണു. അപ്പോൾ രണ്ടാമത്തെ കായ പൊട്ടിച്ച് നിൻഫ ഒരു ധാന്യമണിയായി. ഉടൻ മന്ത്രവാദിനി ഒരു കോഴിക്കുഞ്ഞായി ധാന്യത്തെ കൊത്തിവിഴുങ്ങാനെത്തി.

ഉടൻ നിൻഫ അവസാന കായ പൊട്ടിച്ചു. ഒരു കുറുക്കനായി ആ കോഴിക്കുഞ്ഞിനെ കൊന്നു തിന്നു.

എന്തിനധികം പറയുന്നു. പുനഃസമാഗമത്തിനുശേഷം പ്രത്യാശാഗോപുരത്തിൽ വച്ച് മനുഷ്യസ്ത്രീയായി രൂപാന്തരം പ്രാപിച്ച നിൻഫയും ശാപം ഒഴിഞ്ഞ് അവളുടെ രാജകുമാരനും സസന്തോഷം വാണു.

വെളുത്ത പുഷ്പം

ഒരു നാട്ടിൽ വർഷങ്ങൾക്കു മുൻപ് പൊങ്ങച്ചക്കാരിയും അതീവ സുന്ദരിയുമായ ഒരു രാജ്ഞി ഉണ്ടായിരുന്നു. അവർക്ക് ഒരു കുഞ്ഞുമകൾ, ബ്ലാൻക ഫ്ളാർ. അവൾ അനുദിനം സുന്ദരിയായി വളർന്നുവന്നു.

അവളുടെ പൊങ്ങച്ചം ശമിപ്പിക്കാൻ അവൾക്കുണ്ടായിരുന്നു മാന്ത്രികക്കണ്ണാടി. എന്നും അവൾ അതിനോടു ചോദിക്കുന്നത് ഒരേ ചോദ്യം.

ലോകത്തെ ഏറ്റവും സുന്ദരിയായ യുവതി?

കണ്ണാടിക്കെന്നും ഒരേ ഉത്തരം "നിങ്ങൾ, നിങ്ങൾ"

വർഷങ്ങൾ വേഗത്തിൽ കടന്നുപോകുമല്ലോ. ബ്ലാൻക ഫ്ളാർ അതിസുന്ദരിയായിത്തീർന്നു.

ഒരു ദിവസം തന്റെ പതിവു ചോദ്യവുമായി വന്ന രാജ്ഞിക്ക് തികച്ചും പുതിയ ഒരു ഉത്തരമാണ് കണ്ണാടി നല്കിയത്. "ബ്ലാൻക ഫ്ളാർ."

അത്ഭുതപരതന്ത്രയായ രാജ്ഞി തന്റെ ചോദ്യം ആവർത്തിച്ചു.

ഉത്തരം പിന്നെയും അതുതന്നെ വിശ്വോത്തരസുന്ദരി രാജകുമാരി ബ്ലാൻക ഫ്ളാർ.

അമ്മയാണെങ്കിലും ദുഷ്ടയും സ്വാർത്ഥയും കുലടയും ആയ രാജ്ഞി സ്വന്തം പുത്രിയെ കാലപുരിക്കയയ്ക്കാൻ തീരുമാനിച്ചു.

പതിവായി തന്റെ ക്രൂരമായ കല്പനകൾ നടപ്പിലാക്കാൻ സഹായിച്ചിരുന്ന ജുവാൻ എന്ന ഭൃത്യന്റെ സഹായം തേടി. “കൊന്നുകളയുക ആ ബ്ലാൻക ഫ്ളാറിനെ.”

“സംസാരവും മറുചോദ്യവും വേണ്ട” കുപിതയായ രാജ്ഞി മൊഴിഞ്ഞു. “നാളെ അതിരാവിലെ കുമാരിയുമായി നീ നാട്ടിൽ പോകുക. അവളെ കൊല്ലുക. തെളിവും ഹാജരാക്കുക.”

അടുത്ത ദിവസം ജുവാൻ രാജകുമാരിയെ പൂ പറിക്കാൻ പോവാൻ ക്ഷണിച്ചു. കാട്ടിലേക്ക് വഴിയിൽ അവളോട് അലിവ് തോന്നിയ ജുവാൻ തനിക്ക് കിട്ടിയിരിക്കുന്ന ദുഃഖകരമായ ഉത്തരവാദിത്വത്തെക്കുറിച്ച് അറിയിച്ചു.

“പ്രിയരാജകുമാരി നിന്റെ അമ്മ നിന്റെ പ്രാണനെടുക്കാൻ എന്നെയാണ് ഏല്പിച്ചിരിക്കുന്നത്. എല്ലാക്കാലത്തും നീ എന്നോട് എത്ര സ്നേഹമായാണ് പെരുമാറിയിരുന്നത്. അതിനാൽ നിന്നെ ദ്രോഹിക്കാൻ എനിക്ക് സാധിക്കില്ല. പക്ഷേ, നിന്നെ കൊന്നതിന്റെ തെളിവ് ഞാൻ ഹാജരാക്കുകയും വേണം. എന്തായാലും ഞാൻ ഒരു മാർഗ്ഗം കണ്ടുപിടിച്ചിട്ടുണ്ട്. നിന്റെ വസ്ത്രത്തിന്റെ ചില ഭാഗം എനിക്ക് തരൂ. ഒരു കാട്ടുമുയലിനെ കൊന്നു വസ്ത്രത്തിൽ ചോരപുരട്ടി രാജ്ഞിയെ കാണിക്കാം.”

ജുവാനെ കുമാരി അനുസരിച്ചു. ചോര പുരണ്ട വസ്ത്രവുമായി ജുവാൻ നാട്ടിലേക്ക് തിരിച്ചു.

ജുവാനു നന്ദി പറഞ്ഞ ബ്ലാൻക ഫ്ളാർ ഉൾക്കാട്ടിലേക്ക് യാത്രയായി. അവൾ അകത്തേക്ക് പോകുന്തോറും മൃഗങ്ങളുടെ ശബ്ദങ്ങൾ കേട്ടുതുടങ്ങി. അവളുടെ പേടി വർദ്ധിച്ചു. പെട്ടെന്ന് അവൾ ഒരു വെളിച്ചം കണ്ടു. അവൾ അങ്ങോട്ടേക്ക് ഓടിപ്പോയി. പുല്ലുമേഞ്ഞ ഒരു കുടിലിൽ എത്തി. വാതിൽ കൊട്ടിവിളിച്ചു. ആരും വാതിൽ തുറന്നില്ല. അവൾ ആ വാതിൽ തള്ളിത്തുറന്നു. മുറിയുടെ മദ്ധ്യേ വിരിച്ചൊരുക്കിയ ഒരു തീൻമേശയും ഭക്ഷണവും ഉണ്ടായിരുന്നു. അവൾ ഭക്ഷിച്ചു. പാനം ചെയ്തു. ദൈവത്തിനു നന്ദി പറഞ്ഞു. ഭക്ഷണം അവളെ ഉറക്കത്തിലേക്ക് എത്തിച്ചു. അടുപ്പിനടുത്തുകിടന്ന് അവൾ ഉറങ്ങി.

ബ്ലാൻക ഫ്ളാർ ഉറങ്ങിയ വീട് കൊള്ളക്കാരുടേതായിരുന്നു. രാത്രി അവിടെ എത്തിയ കൊള്ളക്കാർ അതിസുന്ദരിയായ

ബ്ലാൻകയെ കണ്ട് നിർന്നിമേഷരായി നോക്കിനിന്നു.

ശബ്ദം കേട്ട ബ്ലാൻക ചാടി എണീറ്റു.

"പേടിക്കേണ്ട പെൺകുട്ടി," കൊള്ളത്തലവൻ പറഞ്ഞു. "ഞങ്ങൾ നിന്നെ ഒന്നും ചെയ്യില്ല."

അദ്ദേഹം തികഞ്ഞ ആത്മാർത്ഥതയോടെയാണ് ഇതു പറഞ്ഞത് കേട്ടോ. ദയാലുക്കളായ ആ കൊള്ളക്കാർ ധനികരെ കൊള്ളയടിച്ച് ദരിദ്രർക്കു നല്കുക എന്നത് ജീവിത ലക്ഷ്യമായി സ്വീകരിച്ചിരുന്നവരാണ്.

ഇതു മനസ്സിലാക്കിയ ബ്ലാൻക തന്റെ അമ്മ തന്നോട് ചെയ്ത ക്രൂരത വേദനയോടെ അവരെ അറിയിച്ചു. നീ ഞങ്ങളോടൊപ്പം ഇവിടെ താമസിക്കൂ. തലവൻ പറഞ്ഞു. രാജ്ഞിയുടെ ക്രൂരത ഞങ്ങൾക്കറിയാം. അവർ നിന്നെ കണ്ടുപിടിച്ചാൽ കൊല്ലാൻ മടിക്കില്ല.

ഇതിനിടെ ജുവാൻ രക്തം പുരണ്ട വസ്ത്രം രാജ്ഞിയെ കാണിച്ചു. രാജ്ഞി സന്തുഷ്ടയായി. അവന് അനേകം സമ്മാനങ്ങൾ നല്കി.

രാത്രി രാജ്ഞി തന്റെ കിടക്കറയിൽ വച്ച് മാന്ത്രികക്കണ്ണാടിയോട് ചോദ്യം ആവർത്തിച്ചു. "മാന്ത്രികകണ്ണാടി, ലോകത്തെ സുന്ദരി ആരാണ്?"

കണ്ണാടി മറുപടി പറഞ്ഞു. "നിന്റെ പുത്രി ബ്ലാൻക ഫ്ളാർ."

ദേഷ്യംകൊണ്ട് ചുവന്ന രാജ്ഞി പട്ടാളക്കാരെ വിളിച്ച് ജുവാനെ പിടികൂടി.

"ജുവാൻ, നീ എന്നോട് കള്ളം പറഞ്ഞു," രാജ്ഞി അലറി. "ബ്ളാൻക ജീവനോടെ ഉണ്ട്."

"രാജ്ഞീ"...... ജുവാന്റെ ശബ്ദം തൊണ്ടയിൽ കുരുങ്ങി. മുഴുമിപ്പിക്കും മുമ്പ് ജുവാന്റെ മേൽചാടിവീണ് രാജ്ഞി അവന്റെ കഥ കഴിച്ചു.

ഉറക്കമില്ലാത്ത ആ രാത്രിയിൽ എങ്ങനെ പെൺകുട്ടിയെ വധിക്കാം എന്ന് അവർ പലവട്ടം ചിന്തിച്ചുറപ്പിച്ചു.

അടുത്ത ദിവസം ഒരു കർഷകസ്ത്രീയായി വേഷപ്രച്ഛന്നയായി. ഇപ്പോൾ അവരെ കണ്ടാൽ ആർക്കും തിരിച്ചറിയാനാവില്ല.

സ്വർണ്ണമാലയിൽ അടക്കം ചെയ്ത മാന്ത്രിക തകിടുമായി അവർ കാട്ടിലേക്ക് പോയി. ആര് ആ മാല ധരിച്ചാലും മരണതുല്യമായ ഉറക്കം അവരെ ബാധിക്കും.

കാട്ടിലൂടെ അലഞ്ഞുതിരിഞ്ഞ് രാജ്ഞി അവസാനം ബ്ലാൻക ഫ്ളാർ താമസിക്കുന്ന കുടിലിൽ എത്തി. അവർ ഒറ്റയ്ക്കായിരുന്നു. അതിനാൽ ആദ്യം വാതിലിൽ മുട്ടു കേട്ടപ്പോൾ അവൾ ജനൽ വഴി എത്തിനോക്കി. അതാ അതിസുന്ദരിയായ ഒരു സ്ത്രീ. ആ കാഴ്ചയിൽ മയങ്ങി അവൾ വാതിൽ തുറന്നു.

"കുഞ്ഞേ," സുന്ദരി പറഞ്ഞു. "കുറച്ച് വെള്ളം തരൂ. ദാഹിച്ചു വലഞ്ഞ് എനിക്ക് ഒരടി നടക്കാൻ മേല."

"വരൂ മഹതീ, അകത്തേക്ക് വരൂ." അവരെ അകത്തേക്കാനയിച്ച് ബ്ലാൻക അടുക്കളയിലേക്ക് പാഞ്ഞ് പോയി ഒരു കോപ്പ വെള്ളവുമായെത്തി.

ആ സ്ത്രീ വെള്ളം കുടിച്ചു. ബ്ലാൻകയ്ക്ക് നന്ദി പറഞ്ഞു. അവർ തുടർന്നു, "കുഞ്ഞേ, നീ എന്നോടു ചെയ്ത നന്മയ്ക്ക് ഈ മാല നിന്നെ ഞാൻ അണിയിക്കട്ടെ."

"നന്ദി മഹതീ," ബ്ലാൻക ആ മാല ധരിച്ചുകൊണ്ടു പറഞ്ഞു. കൊളുത്തു മുറുകിയതും അവർ ആഴമേറിയ ഉറക്കത്തിലേക്ക് വഴുതിവീണു.

മരണതുല്യയായ മകളെ അവിടെ ഉപേക്ഷിച്ച് ദുഷ്ടയായ രാജ്ഞി സ്വന്തം കൊട്ടാരത്തിലേക്ക് തിരിച്ചെത്തി.

വൈകുന്നേരം തിരിച്ചെത്തിയ കൊള്ളക്കാർ ബ്ലാൻക മരിച്ചെന്നു കരുതി ദുഃഖിച്ചു. അവളെ രക്ഷിക്കാനുള്ള എല്ലാ ശ്രമവും പരാജയപ്പെട്ടപ്പോൾ അവർ അവളെ ഒരു സ്ഫടികപേടകത്തിലടച്ച് ഒരു ഗുഹയ്ക്കുള്ളിൽ പ്രതിഷ്ഠിച്ചു. അവർക്കെന്നും കാണാനായി.

വളരെക്കാലം കഴിഞ്ഞു. ഒരു പെരുമഴക്കാലത്ത് ഒരു രാജകുമാരൻ ആ ഗുഹയ്ക്കുള്ളിൽ അഭയം പ്രാപിച്ചു. അയാളുടെ പരിചാരകർ വിളക്ക് കത്തിച്ചപ്പോൾ അതിസുന്ദരിയായ പെൺകുട്ടിയെ കണ്ട മാത്രയിൽ അവളോട് അവന് പ്രണയമുദിച്ചു. ഉടൻതന്നെ ആ ശവപഞ്ജരം ചുമന്ന് നാട്ടിൽ

കൊണ്ടുപോയി. ഒരു അൾത്താര പണിഞ്ഞവിടെ പ്രതിഷ്ഠിച്ചു. ഒരു ദിവസം ആ അൾത്താരക്കാവല്ക്കാരൻ അസുഖബാധിതനായി. പകരം വന്നവൻ ജന്മനാ കള്ളൻ. പ്രത്യേകിച്ച് പറയണ്ടല്ലോ. അവൻ ആ മാല ഊരിയെടുത്തു. ഒരു ഇടിവെട്ടോടുകൂടി അവൾ ഉണർന്നു. പേടിച്ചരണ്ട കാവല്ക്കാരൻ ഓടി രക്ഷപ്പെട്ടു. രാജകുമാരൻ ഓടിയെത്തി. അദ്ദേഹത്തെ കണ്ട മാത്രയിൽ ആ തരുണിക്ക് അനുരാഗമുദിച്ചു.

എന്താണ് സംഭവിച്ചതെന്ന് മനസ്സിലാക്കിയ രാജകുമാരൻ ദുഷ്ടയായ ആ അമ്മയെ ശിക്ഷിച്ചു. പിന്നെ അവരിരുവരും സന്തോഷത്തോടെ ആ നാട് വാണു.

കൊച്ചു പച്ച മുയൽ

ഒരു രാജാവിനു യൗവനയുക്തരായ സുകുമാരന്മാരായ മൂന്ന് മക്കൾ ഉണ്ടായിരുന്നു. അവരെ അദ്ദേഹം ജീവനു തുല്യം സ്നേഹിച്ചു. എന്നാൽ അനുസരണ, അതിൽ ഒരു വിട്ടുവീഴ്ചയ്ക്കും അദ്ദേഹം തയ്യാറായിരുന്നില്ല. ഒരു ദിവസം അച്ഛന്റെ അനുവാദമില്ലാതെ അവർ നാടു ചുറ്റാൻ പോയി. വിവരമറിഞ്ഞ രാജാവ് രോഷാകുലനായി മൂന്നുപേരെയും ശപിച്ചു മുയലുകളാക്കിമാറ്റി.

മൂത്തവൻ പിന്റോ' മുയൽ

രണ്ടാമത്തവൻ വെള്ളമുയൽ

മൂന്നാമത്തവൻ സുന്ദരനായ ഒരു പച്ച മുയൽ

അതുകൊണ്ട് മതിയാകാതെ രാജാവ് ആക്രോശിച്ചു.

"ഒരു വർഷം മുഴുവൻ നിങ്ങൾക്ക് ഈ കൊട്ടാരം വിട്ട് എവിടെയും പോകാൻ കഴിയില്ല. രാത്രി മാത്രം നിങ്ങൾക്ക് മനുഷ്യരായി മാറാം."

കാലം മുന്നോട്ട് പോയി. ഒരു ദിവസം ഇളംപുല്ല് തിന്നിരുന്ന സമയം പച്ചമുയൽ അഭിപ്രായപ്പെട്ടു. "ജ്യേഷ്ഠരെ, എനിക്ക് ഈ ജീവിതം മടുത്തു. ഈ ജയിലിനു ചുറ്റും എന്താണെന്നു നോക്കിയാലോ?"

മറ്റു രണ്ടുപേർക്ക് പോകാൻ ഒരു ആശയും ഇല്ലായിരുന്നു കേട്ടോ. രാജാവിനെ അതിയായി അവർ ഭയപ്പെട്ടു. പക്ഷേ, അനു

ജന്റെ നിർബ്ബന്ധം സഹിക്കാനാകാതെ അവരും അവസാനം പുറപ്പെടാൻ തീരുമാനിച്ചു. അന്നുച്ചയ്ക്ക് അവർ പുറത്ത് കടക്കാൻ ശ്രമിച്ചു. അപ്പോഴതാ കേൾക്കുന്നു ഒരു മധുരഗാനം.

“നമുക്ക് പോയി ആ പാട്ടാരാണ് പാടുന്നതെന്ന് നോക്കാം.” പച്ച മുയൽ പറഞ്ഞു.

ഇത് ജ്യേഷ്ഠർ നിരസിച്ചു. കെഞ്ചി യാചിച്ചിട്ടും അവരുടെ മനസ്സു മാറിയില്ല. അതിനാൽ കുഞ്ഞുമുയൽ തനിച്ച് പുറപ്പെട്ടു. ആ പാട്ടു കേട്ട ദിശയിലേക്ക് പുറപ്പെട്ട അവൻ മനോഹരമായ ഒരു കൊട്ടാരത്തിലെത്തി. അവൻ ഉള്ളിൽ പ്രവേശിക്കാൻ ഇത്തിരി സ്ഥലത്തിനുവേണ്ടി ആ മതിലിനുചുറ്റും ചാടിനടന്നു. അപ്പോൾ ഒരു ചെറിയ വിടവ് അവന്റെ കണ്ണിൽപ്പെട്ടു. അതുവഴി ഞെങ്ങി ഞെരുങ്ങി അവൻ ആ ഉദ്യാനത്തിലെത്തി. പാട്ടുകാരി ഒരു സുന്ദരിയായ രാജകുമാരിയായിരുന്നു. നീലക്കണ്ണുകളും സ്വർണ്ണമുടിയും ഉള്ളവൾ. അവളുടെ പേര് മാരിഡോൾ. കണ്ട മാത്രയിൽ ആ മുയലിനു അവളോട് പ്രേമമുദിച്ചു. അവളറിയാതെ അവളുടെ മുന്നിൽ എത്തി. കൊച്ചു മുയലിനെ കണ്ട രാജകുമാരി പെട്ടെന്നവനെ കൈക്കലാക്കി. കുമാരി കൊട്ടാരത്തിലേക്ക് ഓടി. അവളുടെ സുന്ദരനായ മുയലിനെ മാതാപിതാക്കളെ കാണിക്കാൻ. അവർ അവളെ എത്ര സ്നേഹിച്ചിരുന്നെന്നോ? അവൾ അവരുടെ ഒരേ ഒരു പുത്രിയായിരുന്നു. മാത്രമല്ല നല്ലവളും ദയാലുവും. അവൾ ആ മുയലുമായി മുറിയിലേക്ക് പോയി. അവൻ സംസാരിച്ചപ്പോൾ കുമാരിക്കുണ്ടായ അത്ഭുതം വർണ്ണിക്കാനായില്ല.

“സുന്ദരിയായ കുമാരി, ഞാൻ ഒരു മുയലല്ല. അനുസരണക്കേടിനാൽ അച്ഛന്റെ ശാപത്തിന് പാത്രീഭവിച്ച ഒരു രാജകുമാരനാണ്. ഇപ്പോൾ ഞാൻ പോയില്ലെങ്കിൽ അദ്ദേഹം എന്റെ കഥ കഴിക്കും. എന്നെയിഷ്ടപ്പെട്ടാൽ എന്റെ ശിക്ഷാ കാലാവധി കഴിഞ്ഞ ഉടൻ എത്തി നിന്നെ വിവാഹം കഴിക്കാം. ഉറപ്പിനായി ഈ മോതിരം സ്വീകരിക്കുക.”

മുയലിന്റെ വാക്ക് കേട്ട് രാജകുമാരി അത്ഭുതപ്പെട്ടു. അവൾ ദയാവായ്പ്പോടെ അവനെ തിരികെവിട്ടു. അവൾക്കും അവനോട് പ്രണയം അങ്കുരിച്ചിരുന്നു.

മാസങ്ങൾ കഴിഞ്ഞു. മുയൽ മാരിഡോളിനടുത്തേക്ക്

തിരിച്ചെത്തിയില്ല. കാലം കഴിഞ്ഞു. അവൾ ആകുലയായി. ഹൃദയവേദനയോടെ അവൾ കാത്തിരുന്നു. മകളുടെ വേദന മാതാപിതാക്കളെ ദുഃഖത്തിലാഴ്ത്തി. അവളെ സന്തോഷിപ്പിക്കാൻ മാതാപിതാക്കൾ ഒരു വിരുന്ന് നടത്താൻ തീരുമാനിച്ചു. എല്ലാ ഗായകരെയും മറ്റു കലാകാരന്മാരെയും ക്ഷണിച്ചു. ഒരുപക്ഷേ, അവൾ സന്തോഷിച്ചാലോ.

സമീപത്തുള്ള ഒരു ഗ്രാമത്തിൽ ഒരു വൃദ്ധനും അയാളുടെ മകളും പാർത്തിരുന്നു. അവൾ അതിമനോഹരമായി ഗിത്താർ വായിച്ചിരുന്നു. സന്തോഷം സ്ഫുരിക്കുന്ന ഗാനങ്ങൾ ആലപിച്ചിരുന്നു. വിളംബരം കേട്ട വൃദ്ധൻ അവളെ, റോസിറ്റീയെ, രാജകുമാരിയുടെ മുന്നിൽ പാടിക്കാൻ നിശ്ചയിച്ചു. ഒരു കഴുതപ്പുറത്തവർ യാത്ര പുറപ്പെട്ടു. വഴിയിൽ മുയലുകൾ പാർക്കുന്ന നാട് അവർക്കു കടക്കേണ്ടിയിരുന്നു. അവിടെ എത്തിയപ്പോൾ അവർക്ക് വിശന്നു. കൊട്ടാരത്തിനടുത്തുള്ള ഒരു ബേക്കറിയിൽ അവർ ഭക്ഷണസമ്പാദനത്തിനായി പോയി. ഉടമസ്ഥൻ താനുണ്ടാക്കിയ ബ്രഡ് കരിഞ്ഞതിനാൽ ദേഷ്യത്തിലായിരുന്നു. അയാൾ ഒരു ബ്രഡ് റോസീറ്റയുടെ നേരെ എറിഞ്ഞു. അവൾക്ക് പിടികൊടുക്കാതെ ആ ബ്രഡ് താഴെ വീണ് വാതിൽ കടന്ന് ഉരുണ്ടുപോയി. അവൾ അതിനു പിന്നാലെ ഓടി. അത് ഉരുണ്ട് കൊട്ടാരമതിലിലെ വിടവു വഴി അകത്തുകടന്ന് മൂന്ന് മനോഹരമായ കിടക്കകളുള്ള ഒരു സുന്ദരൻ കിടക്കമുറിയുടെ വാതിൽക്കൽ എത്തി. ഒരു ശബ്ദം കേട്ട റോസീറ്റ അവിടെ ഒളിച്ചു നിന്നു. അപ്പോൾ മൂന്ന് സുന്ദരൻമുയൽകുട്ടന്മാർ എത്തിച്ചേർന്നു. ഒരു തവിട്ടു മുയൽ, മറ്റേത് വെള്ള മുയൽ, പിന്നെ പച്ച മുയലും. തവിട്ടു മുയൽ ഒരു കട്ടിലിൽ ചാടിക്കയറി. അതാ, അവനൊരു സുമുഖനായ രാജകുമാരനായി അതുപോലെതന്നെ വെള്ള മുയലും. രണ്ടു രാജകുമാരന്മാരും ഉറക്കമായി. വളരെ സാവധാനം കിടക്കയിൽ കയറി തിരിഞ്ഞ് കിടന്ന പച്ചമുയൽ, അതിസുന്ദരനായ ഒരു കുമാരനായി. പക്ഷേ, ഉറങ്ങാൻ പോകാതെ അവൻ ദയനീയമായി കരയാൻ തുടങ്ങി. മറ്റു രണ്ടുപേർ ഉണർന്ന് അവനെ ആശ്വസിപ്പിക്കാൻ തുടങ്ങി. “കുമാരാ,” മാരിഡോൾ രാജകുമാരിയെ മറന്നേക്കൂ. നമ്മുടെ പിതാവ് ഒരിക്കലും ഈ വിവാഹത്തിനു സമ്മതിക്കില്ല.” അവർ പറഞ്ഞു.

അവസാനം മൂന്ന് രാജകുമാരന്മാരും ഉറങ്ങി. റോസീറ്റ വന്നവഴി പുറത്തേക്ക് പോയി. പ്രഭാതത്തിന് മുമ്പു തന്നെ റോസീറ്റയും അച്ഛനും രാജകുമാരിയുടെ നാട്ടിലേക്ക് യാത്രയായി.

കൊട്ടാരത്തിലെത്തിയ അവൾ രാജാവിനെ മുഖം കാണിച്ചു. രാജാവിന്റെ നിർദ്ദേശാനുസരണം അവൾ നൃത്തം ചെയ്യുകയും പാട്ടു പാടുകയും ചെയ്തു. അതു മാരിഡോളിനെ തെല്ലും ആകർഷിച്ചില്ല. അവസാനം റോസീറ്റ പറഞ്ഞു. ഞാൻ കുമാരിക്ക് ഒരു കഥ പറഞ്ഞുതരാം.

അങ്ങനെ മുയൽ രാജകുമാരന്മാരുടെ കഥ സവിസ്തരം റോസീറ്റ മാരിഡോളിനെ അറിയിച്ചു. അതീവ സന്തുഷ്ടയായ കുമാരി പച്ച മുയലിനെ കാണാൻ പോകാൻ മാതാപിതാക്കളോട് അനുവാദം ചോദിച്ചു. തീരെ താല്പര്യമില്ലെങ്കിലും മകളുടെ സന്തോഷത്തിനുവേണ്ടി അനുവദിച്ചു.

റോസീറ്റ കുമാരിയെക്കൊണ്ട് മുയലുകൾ പാർക്കുന്ന കൊട്ടാരത്തിൽ എത്തി. ആ മതിലിന്റെ വിടവിലൂടെ അകത്തു കേറുന്നതിനുമുമ്പ് റോസീറ്റ മുന്നറിയിപ്പ് നല്കി. "കുമാരീ, ദയവായി ശബ്ദമുണ്ടാക്കരുത് ക്രൂരനായ രാജാവ് നമ്മുടെ കഥ കഴിക്കും."

മാരിഡോൾ സമ്മതിച്ചു. രാജകുമാരന്മാരുടെ മുറിയിൽ അവർ ഒളിച്ചിരുന്നു. മുയലുകൾ എത്തി. കട്ടിൽ സ്പർശിച്ചതോടെ അവർ സ്വന്തരൂപം പ്രാപിച്ചു. രാജകുമാരനെ കണ്ട കുമാരി നിയന്ത്രണം വിട്ട് കരഞ്ഞു. രാജകുമാരന്റെ അരികിലേക്ക് ഓടിയെത്തി. കരച്ചിൽ കേട്ട രാജാവും അവിടെ എത്തി. ആ കുമാരിയെ കൊല്ലാൻ തക്കവണ്ണം അദ്ദേഹം കോപാകുലനായി.

എന്നാൽ കുമാരൻ പറഞ്ഞു. "പ്രഭോ, ഇത് എന്റെ ഭാവി വധുവാണ്. ഞങ്ങൾ വിവാഹിതരാകാൻ ആഗ്രഹിക്കുന്നു."

"ഓഹോ", ദേഷ്യം അടക്കി രാജാവ് പറഞ്ഞു. "നിങ്ങൾക്ക് വിവാഹം കഴിക്കണം അല്ലേ? അപ്പോൾ ഞാൻ അറിയാതെ നിങ്ങൾ പരസ്പരം കണ്ടു. ശരി ഞാൻ നിങ്ങളുടെ വിവാഹ ത്തിനനുവദിക്കണമെങ്കിൽ നിങ്ങൾ എന്നെ അനുസരിച്ചേ മതിയാവൂ."

"നീ" ആ പാവം കുമാരനോട് അയാൾ ആക്രോശിച്ചു. "അടുത്ത ഏഴു വർഷം കൂടി മുയലായി കഴിയണം." "കുമാരീ,

നീ" രാജകുമാരിയോട് "ഏഴു വീപ്പ നിറയെ കണ്ണീരൊഴുക്കണം. ഞാൻ തരുന്ന ഏഴു ജോഡി ഇരുമ്പ് ചെരുപ്പുകൾ തേഞ്ഞ് തീരുകയും വേണം."

എന്തു ചെയ്യാൻ? പാവം യുവമിഥുനങ്ങൾ. അവർക്ക് വേറൊന്നും ചെയ്യാനുണ്ടായില്ല. കുമാരൻ മുട്ടുകുത്തി പ്രാർത്ഥിച്ചു. കുമാരിയാകട്ടെ കണ്ണീരോടെ അവനു വിട പറഞ്ഞു. ഇരുമ്പു പാദുകങ്ങൾ അണിഞ്ഞു യാത്രയായി.

വളരെ അധികം കാലം അവൾ ആ നടപ്പും കരച്ചിലും തുടർന്നു. ചന്ദ്രൻ താമസിച്ചിരുന്ന വീട്ടിൽ അവർ എത്തിച്ചേർന്നു. അപ്പോഴേക്കും അവൾ ഏഴു വീപ്പ കണ്ണീർ ഒഴുക്കിക്കഴിഞ്ഞിരുന്നു. ഏഴു ഇരുമ്പ് പാദുകങ്ങൾ ദ്രവിച്ച് തേഞ്ഞിരുന്നു. എന്നാൽ അവൾ മുയലുകൾ പാർക്കുന്ന കൊട്ടാരത്തിൽനിന്ന് കാതങ്ങൾ അകലെ എത്തിയിരുന്നു. ക്ഷീണിച്ച് തളർന്ന അവൾ ചന്ദ്രന്റെ വാതില്ക്കൽ മുട്ടി. പുറത്തു വന്ന ചന്ദ്രൻ ചോദിച്ചു.

"കുഞ്ഞേ, നീയിവിടെ എന്തു ചെയ്യുന്നു?"

അവൾ തന്റെ കഥ മുഴുവൻ ചന്ദ്രനെ അറിയിച്ചു. മാത്രമല്ല തന്റെ മുയൽകുമാരന്റെ അടുത്തെത്താൻ സഹായവും അഭ്യർത്ഥിച്ചു.

"കുഞ്ഞേ," ചന്ദ്രൻ പറഞ്ഞു. "ഉടൻ എനിക്കീ ഭാഗത്തു നിന്നും എങ്ങും പോകാൻ സാധിക്കില്ല. ഭൂമിയുടെ ഈ ഭാഗത്ത് തന്നെ ഞാനുണ്ടാവേണ്ടതാണ്. നോക്കൂ, അതാ ഒരു കുന്ന്. എന്റെ സുഹൃത്ത് സൂര്യനാണ്. അവിടെയാണ് താമസം. അങ്ങോട്ടു പോകൂ. അദ്ദേഹം നിന്നെ സഹായിച്ചേക്കാം."

ദീർഘദൂരം നടന്ന് മാരിഡോൾ സൂര്യന്റെ ഭവനത്തിൽ എത്തി. അവൾ വാതില്ക്കൽ മുട്ടി വിളിച്ചു.

പുറത്ത് വന്ന സൂര്യൻ ചോദിച്ചു.

"കുഞ്ഞേ, ഇവിടെ നീ എന്തു ചെയ്യുന്നു?"

"ഞാൻ പച്ച മുയൽകുമാരന്റെ വധുവാണ്." മാരിഡോൾ അറിയിച്ചു. "എന്നെ ഒന്ന് അദ്ദേഹത്തിന്റെ അടുത്ത് എത്തിക്കാൻ സാധിക്കുമോ?"

"എന്ത്, പച്ച മുയൽകുമാരന്റേ വധുവോ? അസാദ്ധ്യം. ഇന്നേക്ക് മൂന്നാം നാൾ അവന്റെ കല്യാണമാണ്. വധുവിനെ രാജാവ് കണ്ടെത്തിക്കഴിഞ്ഞു. രാജ്യത്തെ ജനങ്ങളെല്ലാം ആ

ദിവസം ഞാൻ പ്രസന്നനും പ്രസാദവാനും ആകണമെന്ന് പ്രാർത്ഥിക്കുന്നുണ്ട്."

"പ്രഭോ, ദയവായി എന്നെ ആ കൊട്ടാരത്തിലെത്തിക്കില്ലേ?"

"നോക്കൂ കുഞ്ഞേ," സൂര്യൻ അലിവോടെ അറിയിച്ചു. "നിന്നെ ഞാൻ സ്പർശിച്ചാൽ നീ എരിഞ്ഞു പോകും. എന്തായാലും എന്റെ സുഹൃത്ത് കാറ്റിന്റെ അടുത്തു പോകൂ. അവൻ നിന്നെ സഹായിക്കും."

അവസാനം നടന്ന് നടന്ന് മാരിഡോൾ കാറ്റിന്റെ വീട്ടിലെത്തി. വാതിലിൽ മുട്ടിയപ്പോൾ കാറ്റിന്റെ പ്രിയപത്നി ശ്രീമതി എയറി വാതിൽ തുറന്നു.

"അകത്തു വരൂ കുഞ്ഞേ," അവർ പറഞ്ഞു. "നിനക്കെന്താണാവശ്യം."

മാരിഡോൾ അവളുടെ കഥ ഒഴുകുന്ന കണ്ണീരോടെ അറിയിച്ചു. എല്ലായിടവും കുലുക്കുന്ന ഒരു ചിരിയോടെ ശ്രീമാൻ കാറ്റ് ആഗതനായി. ചിരിയുടെ കാര്യം തിരക്കിയ ഭാര്യയോട് എത്ര തന്മയത്വത്തോടെ ആണ് അവൻ ഒരു പച്ച മുയൽകുമാരന്റെ കല്യാണത്തിനുള്ള ഒരുക്കങ്ങൾ ഛിന്നഭിന്നമാക്കിയതെന്നറിയിച്ചു. പെട്ടെന്നാണ് അദ്ദേഹം മാരിഡോളിനെ കണ്ടത്. അവളുടെ കഥ കേൾക്കെ അദ്ദേഹം ഇങ്ങനെ അഭിപ്രായപ്പെട്ടു.

"ഓഹോ! അതാണ് ആ മുയൽക്കുട്ടൻ അടുത്ത കാലമായി കപ്പേളയിൽ എപ്പോഴും പ്രാർത്ഥനാ നിമഗ്നനായി ഇരിക്കുന്നത്. ശരി, പകരം ഞാൻ അവന് നിന്നെ നല്കും. എന്റെ അരക്കെട്ടിൽ പിടിക്കുക. ഞൊടിയിടയിൽ നിന്നെ കുമാരന്റെ അടുത്തെത്തിക്കാം."

ഒരു ചുഴലിക്കാറ്റിന്റെ വേഗത്തിൽ കാറ്റ് മാരിഡോളിനെ പച്ച മുയലിന്റെ അടുത്ത് എത്തിച്ചു.

രാജാവ് ചോദിച്ചു. "ആരാണീ ഭിക്ഷക്കാരി."

മുയൽ പറഞ്ഞു. "എന്റെ വധു. എന്റെ യഥാർത്ഥ വധു."

മാരിഡോൾ താൻ ഒഴുക്കിയ ഏഴു വീപ്പ കണ്ണീർ രാജാവിനു നല്കി. തൂവാലക്കെട്ടിൽനിന്ന്, തേഞ്ഞ ഏഴു ഇരുമ്പ് ചെരുപ്പിന്റെ അവശിഷ്ടവും

അവസാനം രാജാവ് ആഡംബരപൂർവ്വം അവരുടെ വിവാഹം നടത്തിക്കൊടുത്തു. വാക്ക് പാലിക്കണമല്ലോ.

ക്ലമൻസിയയും ജോസും

പണ്ട് ഒരു ദമ്പതികൾക്ക് ക്ലമൻസിയ എന്ന ഒരു മകൾ ഉണ്ടായിരുന്നു.

അവളുടെ അമ്മ ഒരു മന്ത്രവാദിനിയായിരുന്നു. അവർക്ക് അവളെ തീരെ പിടിച്ചില്ല. എപ്പോഴും പള്ളിയിൽ പോകുന്ന അവൾ ഒരു വിഡ്ഢി തന്നെയെന്ന് അമ്മ അഭിപ്രായപ്പെട്ടു.

വിളവ് വളരെ അധികം ഉള്ള ഒരു കാലത്ത് ഒരു ദിവസം അവളുടെ അച്ഛൻ ജോസ് എന്ന ഒരു ചെറുപ്പക്കാരന്റെ സേവനം വിലയ്ക്ക് എടുക്കാൻ നിർബ്ബന്ധിതനായി.

ചുരുക്കത്തിൽ ജോസും ക്ലമൻസിയയും പ്രണയത്തിലായി. എത്രയും പെട്ടെന്ന് വിവാഹിതരാവാൻ തീരുമാനിച്ചു.

അവർ മാതാപിതാക്കളെ അനുവാദത്തിനായി സമീപിച്ചു. അച്ഛനു സന്തോഷമേ ഉണ്ടായിരുന്നുള്ളൂ. എന്നാൽ ദുർമന്ത്രവാദിനിയായ അമ്മ അതിനു തടസ്സം നിന്നു.

പക്ഷേ, യുവമിഥുനങ്ങൾ തമ്മിലുള്ള പ്രണയം നാൾക്കുനാൾ വർദ്ധിച്ചു വന്നു. അമ്മയുടെ എതിർപ്പും.

ഒരുദിവസം ജോസ് കോവർകഴുതകളെ ശുശ്രൂഷിക്കുന്ന സമയം അവനെ കൊന്നു കളയാൻ തീരുമാനിച്ചു ആ ദുർമന്ത്രവാദിനി. മകളുടെ പ്രണയത്തിന് ഒരു അറുതി വരുത്താമല്ലോ. മകൾ ഒരു പാഠവും പഠിക്കും. അവർ അവരുടെ

ഭർത്താവിനോട് പറഞ്ഞു. “ഹേ മനുഷ്യാ, ജോസിനോട് മൈതാനത്തുപോയി നമ്മുടെ കറുത്ത കോവർകഴുതയെ കൊണ്ടുവരാൻ പറയൂ.”

ഇതൊളിഞ്ഞ് നിന്ന് കേട്ട ക്ലമൻസിയ ഇത് തന്റെ സുഹൃത്തിനെ കൊല്ലാനുള്ള അമ്മയുടെ ശ്രമമാണോ എന്ന് സംശയിച്ചു. അവൾ അവന്റെ അടുക്കൽ എത്തി.

“പ്രിയപ്പെട്ടവനേ, കുറച്ച് കഴിയുമ്പോൾ അച്ഛൻ അങ്ങയോട് മൈതാനത്തിൽനിന്ന് ഒരു കറുത്ത കോവർ കഴുതയെ തൊഴുത്തിലേക്ക് കൊണ്ടുവരാൻ ആവശ്യപ്പെടും!”

“ആ കറുത്ത കോവർ കഴുത വേഷം മാറിയ എന്റെ അമ്മയാണ് നീ അതിൽ കയറിയാൽ അതു നിന്നെ തള്ളിയിട്ട് കൊല്ലും. അതുകൊണ്ട് ഞാൻ പറയുന്നത് ശ്രദ്ധയോടെ കേൾക്കൂ. കോവർ കഴുത നിന്നെ തള്ളിയിടാൻ ശ്രമിക്കുമ്പോൾ നീ അതിന്റെ വലത്തേ ചെവിയിൽ കടിക്കൂ. അതോടെ അവരുടെ ശക്തി നശിക്കും. ഒന്നും മിണ്ടാതെ അതിനെ തൊഴുത്തിൽ കെട്ടിയിടൂ.”

ക്ലമൻസിയ പ്രവചിച്ചപോലെത്തന്നെ സംഭവിച്ചു. ജോസ് സുരക്ഷിതനായി. കോവർ കഴുതയെ കെട്ടിയിട്ടു. രാത്രി ഭക്ഷണശാലയിൽ എത്തിയ അമ്മയുടെ വലത് ചെവി മുറിവുവച്ച് കെട്ടിയിരിക്കുന്നു.

ആ രാത്രി അവൾ ഒളിച്ചോടാൻ തീരുമാനിച്ചു. രാത്രി 11 മണിക്ക് പോകണം എന്നാണ് തീരുമാനിച്ചത്.

11 മണി ആയപ്പോൾ ക്ലമൻസിയ ജോസിനരികെ എത്തി. അവനെ കുലുക്കി ഉണർത്തി. “എഴുന്നേറ്റ് നിന്റെ കിടക്കയിൽ ഒന്നു തുപ്പുക അവൾ പറഞ്ഞു. “ഞാൻ അതു ചെയ്തു കഴിഞ്ഞു.” ജോസ് അവളെ അനുസരിച്ചു. അവർ ഒരുമിച്ച് യാത്ര തുടങ്ങി.

കുറച്ചുകഴിഞ്ഞ് മന്ത്രവാദിനി മകളെ വിളിച്ചു. അവൾക്കുപകരം അവളുടെ തുപ്പൽ വിളി കേട്ടു. സമാധാനമായി. അവർ ഉറങ്ങി. ഇത് ഇടയ്ക്കിടെ ആവർത്തിച്ചു. കുറച്ച് കഴിഞ്ഞ് തുപ്പൽ ഉണങ്ങി. അവരുടെ വിളിക്ക് പ്രത്യുത്തരം ഇല്ലാതെയായി. മന്ത്രവാദിനി ചാടി എഴുന്നേറ്റ് മകളുടെ മുറിയിൽ എത്തി. അവളെ അവിടെ കാണാഞ്ഞ് നേരെ ജോസിന്റെ മുറിയിലും. അവനെ

കാണാതായപ്പോൾ അവർക്ക് സംഗതി പിടികിട്ടി. പകൽവരെ കാത്ത് ഒരു പരുന്തായി രൂപാന്തരപ്പെട്ട് അവരെത്തേടി പറന്നു. പരുന്ത് യുവമിഥുനങ്ങളെ കണ്ടു. ക്ലമൻസിയ പരുന്തിനെയും. അമ്മയിൽനിന്ന് മാന്ത്രികം സ്വായത്തമാക്കിയിരുന്ന അവൾക്ക് സംഗതി പിടികിട്ടി. അവൾ തന്റെ ചീർപ്പ് നിലത്തിട്ടു. അതൊരു കാടായി മാറി. കാടിനു മുകളിലൂടെ പറക്കാൻ കഴിയാതെ അവർ സ്വന്തം രൂപത്തിൽ നിലത്തിറങ്ങി. മറുമന്ത്രവാദത്താൽ കാടിനെ ഇല്ലാതാക്കി വീണ്ടും പരുന്തായി കമിതാക്കളെ പിന്തുടർന്നു.

പരുന്തിനെക്കണ്ട പെൺകുട്ടി അവളുടെ മുഖക്കണ്ണാടി പുറത്തേക്ക് എറിഞ്ഞു. അതു അപാരമായ ഒരു നദിയായി. ചിറകു തളർന്ന മന്ത്രവാദിനി നിലത്തിറങ്ങി സ്വന്തം രൂപത്തിലായി. മറുമന്ത്രവാദംകൊണ്ട് നദിയെ വറ്റിച്ചു. വീണ്ടും പരുന്തായി അവരെ പിന്തുടർന്നു. അപ്പോൾ ക്ലമൻസിയ ഒരു പിടി ചാരം പുറകോട്ട് എറിഞ്ഞു. അത് കട്ടിയുള്ള മൂടൽമഞ്ഞായിത്തീർന്നു. പരുന്തിനത് കടക്കാൻ കഴിഞ്ഞില്ല. രാത്രിയായി. മന്ത്രവാദിനിയുടെ ശക്തി നഷ്ടപ്പെട്ടു.

തിരിച്ചു വീട്ടിലേക്ക് പറക്കുംമുമ്പ് ആ കമിതാക്കളെ ശപിക്കാൻ അവർ മറന്നില്ല. "ദുഷ്ടയായ മകളെ, ഒന്നു നീ ഓർത്തുകൊള്ളൂ. നീ ആദ്യത്തെ ഗ്രാമത്തിൽ എത്തുമ്പോൾ നിന്റ്റു കൂട്ടുകാരൻ നിന്നെ ഉപേക്ഷിച്ചുപോകും."

ഇതു ശ്രദ്ധിക്കാതെ അവർ ഓടിക്കൊണ്ടേയിരുന്നു. ഒരു സുരക്ഷിതസ്ഥാനം തേടി. അവസാനം അവർ ഒരു ചെറു ഗ്രാമത്തിന്റെ അതിർത്തിയിൽ എത്തി. വളരെ ക്ഷീണിച്ച ക്ലമൻസിയ വിശ്രമിക്കാൻ ആഗ്രഹിച്ചു. അവളുടെ ഷൂ കീറിപ്പറിഞ്ഞിരുന്നു.

"പ്രിയേ, ഇവിടിരിക്കൂ. ഞാൻ ഗ്രാമത്തിലേക്ക് പോയി നിനക്ക് ഒരു ജോഡി ഷൂവും കുറച്ച് ഭക്ഷണവും കൊണ്ടുവരട്ടെ." ജോസ് പറഞ്ഞു.

ക്ലമൻസിയയ്ക്ക് അവനെ പറഞ്ഞയയ്ക്കാൻ മനസ്സില്ലായിരുന്നു. എങ്കിലും അവസാനം അവന്റെ നിർബ്ബന്ധത്തിന് വഴങ്ങി.

രാത്രിയായി, ജോസ് തിരിച്ചെത്തിയില്ല. അടുത്ത ദിവസവും തഥൈവ! അപ്പോഴാണ് അവൾ അമ്മയുടെ ശാപം ഓർത്തത്.

കരഞ്ഞ് കരഞ്ഞ് അവൾ ഗ്രാമത്തിലേക്ക് പ്രവേശിച്ചു.

തന്റെ പ്രിയപ്പെട്ടവനെ കാണാതെ അവൾ തളർന്നു. അവൾ കൊച്ചു കൊച്ചു പണികൾ ചെയ്ത് അവിടെ ജീവിച്ചു. ഒരുദിവസം അവൾ പതിവിലധികം സങ്കടത്തിലായിരുന്നപ്പോൾ രണ്ടു പ്രാവുകൾ ജനാല വഴി അവളുടെ മുറിക്കുള്ളിൽ എത്തി. തങ്ങളുടെ ശബ്ദത്താൽ അവളെ സന്തോഷിപ്പിക്കാൻ ശ്രമിക്കുന്നപോലെ അവൾക്ക് തോന്നി.

അവരെ പിടിച്ച് അവൾ ക്ഷമയോടെ പല വിദ്യകളും അഭ്യസിപ്പിച്ചു. അവർ നന്നായി പഠിച്ച് കഴിഞ്ഞപ്പോൾ ക്ലമൻസിയ അവയെ ഗ്രാമത്തിന്റെ പ്രധാന കവലയിൽ കൊണ്ടുപോയി വിദ്യകൾ കാട്ടിത്തുടങ്ങി.

നാട്ടുകാർ കൂടി. പക്ഷികളുടെ കഴിവിൽ മയങ്ങി അവളെ അനുമോദിച്ചു. പക്ഷേ, അവളുടെ കണ്ണ് ജോസിനുവേണ്ടി പരതിക്കൊണ്ടിരുന്നു. അവസാനം വളരെ ദിവസങ്ങൾക്കുശേഷം അവൾ ഒരു ജനക്കൂട്ടത്തിന് നടുവിൽ അവനെ കണ്ടെത്തുക തന്നെ ചെയ്തു. എന്നാൽ ദുർഭാഗ്യവശാൽ അവന് അവളെ മനസ്സിലായില്ല.

ക്ലമൻസിയ മൃദുവായി പെൺപ്രാവിനെ ഒന്നു തൊട്ടു. അവൾ ഇണയുടെ ചുറ്റും നടന്ന് കുറുകി കുറുകി ചോദ്യം ആരംഭിച്ചു. "കുർ കുർ...........നിനക്ക് ഓർമ്മയുണ്ടോ? നിങ്ങൾ എന്നെ പണ്ട് എത്രമാത്രം സ്നേഹിച്ചിരുന്നെന്ന്."

"ഇല്ല" ആൺപ്രാവ് പറഞ്ഞു.

"നിനക്കറിയുമോ നമ്മൾ ഒരുമിച്ച് എന്റെ വീടുപേക്ഷിച്ചത്?"

"ഇല്ലേ, ഇല്ല."

"നിനക്കറിയുമോ നീ എന്നെ വിട്ടിട്ടുപോയത് പുതിയ ഒരു ജോഡി ചെരുപ്പ് എനിക്കായി വാങ്ങാനായിരുന്നു. അതും അണിഞ്ഞ് ഗ്രാമത്തിലേക്ക് എനിക്ക് പ്രവേശിക്കാൻ!"

ആൺപ്രാവ് കുറുകി.

"കുർ കുർ.......ഉണ്ട്, എനിക്ക് ഓർമ്മയുണ്ട്."

ഇതെല്ലാം കണ്ടു നിന്നിരുന്ന ജോസ് അത്ഭുതത്തോടെ പറഞ്ഞു. "എനിക്കും എല്ലാം ഓർമ്മ വന്നു. പ്രിയേ ക്ലമൻസിയാ," അവളുടെ കരം ഗ്രഹിച്ച ജോസ് ജീവിതകാലത്തൊരിക്കലും പിരിയില്ല എന്ന ഉറപ്പോടെ അവളോടൊത്തു ജീവിതം ആരംഭിച്ചു.

ജിപ്സി രാജ്ഞി

ഒരു രാജാവിന് ഒരു മകനുണ്ടായിരുന്നു. അവന് വിവാഹ പ്രായം എത്തിയപ്പോൾ അവൻ മാതാപിതാക്കളോട് ഇപ്രകാരം പറഞ്ഞു.

"ലോകത്തിലെ ഏറ്റവും സുന്ദരിയെ വിവാഹം ചെയ്യണം എന്നാണെന്റെ ആഗ്രഹം. അതിനായി, അവളെ കണ്ടെത്താൻ ഞാനൊന്നു ലോകം ചുറ്റി സഞ്ചരിക്കട്ടെ."

രാജകുമാരൻ യാത്ര പുറപ്പെട്ടു. വഴിയിൽ ഒരു ഫൗണ്ടൻ കണ്ട് വെള്ളം കുടിക്കാൻ അതിന്റെ അരികിൽ എത്തി. കുനിഞ്ഞ് വെള്ളം എടുക്കവെ, മൂന്നു ഓറഞ്ചുകളുടെ പ്രതിച്ഛായ വെള്ളത്തിൽകണ്ടു. തല ഉയർത്തി നോക്കിയപ്പോൾ അതിമനോ ഹരമായ മൂന്ന് ഫലങ്ങളുള്ള ഒരു ഓറഞ്ച് വൃക്ഷം അവന്റെ ശ്രദ്ധ ആകർഷിച്ചു.

"എത്ര നല്ല ഫലങ്ങൾ എന്തു മധുരമായിരിക്കും തിന്നാൻ." ഇങ്ങനെ ചിന്തിച്ചു. മൂന്ന് പഴങ്ങളും അയാൾ പറിച്ചു.

രാജകുമാരൻ, ആദ്യ ഓറഞ്ച് രണ്ടായി മുറിച്ചു. അതാ സുന്ദരിയായ ഒരു യുവതി, അതിൽനിന്നും പുറത്തെത്തി.

"എനിക്കൊരു കഷണം അപ്പം തരൂ." അവൾ അപേക്ഷിച്ചു.

"അയ്യോ! പക്ഷേ, എന്റെ കൈയിൽ യാതൊന്നുമില്ല." അവൻ പറഞ്ഞു:

"എന്നാൽ ഞാൻ എന്റെ ഓറഞ്ചിനുള്ളിലേക്ക് തിരിച്ചു പോണു." അങ്ങനെ ആ ഓറഞ്ച് വീണ്ടും പൂർവ്വരൂപത്തിലായി.

കുമാരൻ രണ്ടാമത്തെ ഓറഞ്ചും രണ്ടായി മുറിച്ചു. അതാ വരുന്നു, ഉള്ളിൽനിന്നും അതിസുന്ദരിയായ മറ്റൊരു കുമാരി.

"എനിക്കൊരു കഷണം അപ്പം തരൂ അവൾ അപേക്ഷിച്ചു."

"അയ്യോ! പക്ഷേ, എന്റെ കൈയിൽ യാതൊന്നുമില്ല." അവൻ പറഞ്ഞു:

"എന്നാൽ ഞാൻ എന്റെ ഓറഞ്ചിനുള്ളിലേക്ക് തിരിച്ചു പോണു." അങ്ങനെ ആ ഓറഞ്ച് വീണ്ടും പൂർവ്വരൂപത്തിലായി.

കുമാരൻ വീണ്ടും ചിന്തയിലാണ്ടു. അടുത്ത ഓറഞ്ച് മുറിക്കുംമുമ്പ് ചിന്തിച്ചു. ഇനി ഒരു കുമാരി പ്രത്യക്ഷപ്പെട്ടാൽ അവൾക്ക് കൊടുക്കാൻ എന്റെ കൈയിൽ അപ്പം ഉണ്ടായിരിക്കണം. തത്സമയം അതുവഴി കടന്നു പോയ ഒരു ജിപ്സിയുടെ കൈയിൽനിന്ന് ഒരു സ്വർണ്ണനാണയം നല്കി കുറച്ച് അപ്പം സമ്പാദിച്ചു.

കുമാരൻ അവസാനത്തെ ഓറഞ്ചു മുറിച്ചു. മറ്റു രണ്ടു സുന്ദരിമാരിലും മനോഹരിയായ ഒരു കുമാരിയാണ് ഓറഞ്ചിൽ നിന്ന് പുറത്ത് വന്നത്.

"ഒരു കഷണം അപ്പം തരൂ." അവൾ അപേക്ഷിച്ചു.

സന്തോഷമടക്കാനാവാതെ കുമാരൻ ഹൃദ്യമായി ചിരിച്ചു കൊണ്ട് ഒരു അപ്പം നല്കി. അതു ഭക്ഷിച്ചു സുന്ദരി പറഞ്ഞു. "ഞാൻ അങ്ങയുടേതാണ് കുമാരാ. അങ്ങേയ്ക്ക് എന്നെ എന്തു വേണമെങ്കിലും ചെയ്യാം."

"ഞാൻ നിന്നെ വിവാഹം ചെയ്യാം" കുമാരൻ പറഞ്ഞു.

ആ സുന്ദരി തികച്ചും നഗ്നയായിരുന്നു. അങ്ങനെ എങ്ങനെയാണ് അവളെ കൂടെ കൂട്ടാൻ? അതിനാൽ അവൻ പറഞ്ഞു.

"കുമാരീ, നീയീ നാടോടിയുടെ കൂടെ ഇരിക്കാം. ഞാൻ കുറച്ചു വസ്ത്രം വാങ്ങി വരാം."

ജിപ്സിയുടെ വണ്ടിക്കുള്ളിൽ യുവതിയായ മകൾ ഉറങ്ങിക്കിടപ്പുണ്ടായിരുന്നു. യാതൊന്നും അറിയാതെ അവൾ ഉണർന്നു. യാത്ര പറഞ്ഞു പോയ കുമാരനെ കണ്ടു. ഉടൻതന്നെ അവൾ പ്രണയത്തിൽ പതിച്ചു.

വണ്ടിയിൽനിന്ന് ചാടിയിറങ്ങി അവൾ അച്ഛനിൽനിന്നും കാര്യങ്ങൾ മനസ്സിലാക്കി. അവൾ അപ്പോൾ പറഞ്ഞു. "ഞാൻ നിന്റെ മുടി ചീകി മെടഞ്ഞ് തരാം. രാജകുമാരൻ വരുമ്പോൾ നീ അതീവ സുന്ദരിയായിത്തീരും."

കുമാരി സമ്മതിച്ചു. മുടി ചീകുന്നതിനിടയിൽ സൂത്രക്കാരിയായ നാടോടിപ്പെണ്ണ് ഒരു ചെറിയ സൂചി സുന്ദരിയുടെ നെറുകയിൽ ആഴ്ത്തി. കുമാരി ഒരു പ്രാവായി പറന്നുപോയി. ദുഷ്ടയായ പെൺകുട്ടി വേഗം വിവസ്ത്രയായി കുമാരനെ കാത്തിരുന്നു.

അതിവേഗം മടങ്ങിവന്ന കുമാരൻ അവളെക്കണ്ട് അത്ഭുതം കൂറി.

"ഇത്ര പെട്ടെന്ന് നിന്റെ ത്വക്ക് എങ്ങനെ കറുത്തു പ്രിയേ," കുമാരൻ ചോദിച്ചു.

"സൂര്യന്റെ രൂക്ഷമേറിയ നോട്ടം എനിക്ക് താങ്ങാനായില്ല." ആ ദുഷ്ട പറഞ്ഞു.

അവളെ വിശ്വസിച്ച് കുമാരൻ, ആ നാടോടിപെൺകുട്ടിയെ തന്റെ കൊട്ടാരത്തിലേക്ക് കൊണ്ടുപോയി. അവർ വിവാഹിതരായി.

ഒരുദിവസം ഒരു മാടപ്രാവ് രാജാവിന്റെ പൂന്തോട്ടക്കാരന്റെ അടുത്തെത്തി. "രാജകുമാരനും ഭാര്യയ്ക്കും എന്തുണ്ടു വിശേഷം?"

"ഇടയ്ക്കിടയ്ക്ക് കുമാരൻ സന്തുഷ്ടനായി പാട്ടുപാടുന്നതു കേൾക്കാം. എന്നാൽ അധികവും അദ്ദേഹം കരച്ചിൽതന്നെയാണ്" തോട്ടക്കാരൻ പറഞ്ഞു.

അന്നുമുതൽ ഈ പ്രാവ് ഇടയ്ക്കിടെ വരികയും ഇതേ ചോദ്യം ആവർത്തിക്കുകയും ചെയ്തു. സംശയം തോന്നിയ തോട്ടക്കാരൻ ഈ വിവരം കുമാരനെ ധരിപ്പിച്ചു.

"ആ പ്രാവിനെ പിടികൂടി എന്നെ ഏല്പിക്കുക." കുമാരൻ ആജ്ഞാപിച്ചു. തോട്ടക്കാരൻ പ്രാവ് സ്ഥിരം വന്ന് വിശ്രമിക്കാറുള്ള മരത്തിൽ പശ തേച്ചു വച്ചു. അവിടെ വന്നിരുന്ന പ്രാവ് അപകടം മനസ്സിലാക്കി പറന്നു പോകാൻ ശ്രമിച്ചു. എന്നാൽ സാധിച്ചില്ല. തോട്ടക്കാരൻ അതിനെ പിടികൂടി രാജകുമാരനെ

ഏല്പിച്ചു.

കണ്ട മാത്രയിൽ തന്നെ കുമാരന് അതിനോട് അത്യധികമായ സ്നേഹം തോന്നി. അതിനെ കൈയിലെടുത്ത് തലോടി. തലയിൽ സ്പർശിച്ചു.

കുമാരന് അതിന്റെ തലയിൽ തറച്ചിരുന്ന സൂചി കൈയിൽ തടഞ്ഞു. സങ്കടത്തോടെ അവൻ അതു വലിച്ചെറിഞ്ഞു. പ്രാവ് ഓറഞ്ചു കുമാരിയായി മാറി.

കുമാരിയിൽനിന്ന് കാര്യം മനസ്സിലാക്കിയ രാജകുമാരൻ കാര്യങ്ങൾ എല്ലാം രാജാവിനോട് ഉണർത്തിച്ചു.

കോപാകുലനായ രാജാവ് നാടോടിസ്ത്രീയെ അപ്പോൾത്തന്നെ ഗളച്ഛേദം ചെയ്തു.

കുമാരനും ഓറഞ്ചുകുമാരിയും വിവാഹിതരായി. ദീർഘനാൾ സുഖമായി വസിച്ചു.

പേൻതോൽ കുപ്പായം

ഒരു രാജ്യത്ത് ഒരു രാജാവുണ്ടായിരുന്നു. അദ്ദേഹത്തിന് ഒരു മകളും. രാജ്ഞി ഒരുദിവസം കൊച്ചുരാജകുമാരിയുടെ മുടി ചീകിക്കെട്ടവെ ഒരു പേൻ ചീർപ്പിൽ തടഞ്ഞു.

അതുമായി കുമാരി അച്ഛൻ രാജാവിന്റെ അടുത്തേക്ക് ഓടി "അച്ഛാ, അമ്മ എന്റെ തലയിൽനിന്ന് ഒരു പേൻ കണ്ടു പിടിച്ചു. കണ്ടോ?"

"അതിനെ കൊല്ലാതെ" രാജാവ് പറഞ്ഞു. "അതിനെ ഒരു കണ്ണാടി ഭരണിയിൽ സൂക്ഷിക്കാം. രാജരക്തം പാനം ചെയ്ത് അത് എത്രമാത്രം വലുതാകും എന്നു നോക്കട്ടെ."

രാജാവതിനെ ഒരു സ്ഫടികഭരണിയിൽ സൂക്ഷിക്കുകയും ദിനംതോറും, മണിക്കൂറുകളോളം രാജകുമാരിയുടെ തലയിൽ നിന്ന് രക്തം പാനം ചെയ്യിക്കയും ചെയ്തു.

പേൻ തടിച്ചു കൊഴുത്തു. രാജാവ് പിന്നെ അതിനെ ഒരു വീപ്പയിൽ സൂക്ഷിച്ചു. അത് പിന്നെയും വലുതായി. ഭീമാകാരമായ ഒരു ടാങ്കിലേക്ക് അതിനെ മാറ്റി. അതും കവിഞ്ഞതു വളർന്നപ്പോൾ ഗത്യന്തരമില്ലാതെ അതിനെ കൊന്നു. എന്നിട്ട് അതിന്റെ തുകൽ ഉറയിലിട്ടു പാകപ്പെടുത്തി. എന്നിട്ടോ, തന്റെ തുന്നൽക്കാരനെ ഏല്പിച്ച് ഒരു കോട്ട് തുന്നിച്ച് ധരിച്ചു. അതും ധരിച്ച് രാജാവ് എല്ലാരോടും ഒരു ചോദ്യം ആവർത്തിച്ചു ചോദിച്ചു.

"ഏതു മൃഗത്തിന്റെ തോലിൽനിന്നാണ് ഈ കോട്ടു തുന്നിയതെന്ന് പറയാമോ?"

ചിലർ പറഞ്ഞു മാന്തോലെന്ന്. ചിലർ ചെമ്മരിയാടെന്നും. പക്ഷേ, ആരും ശരിയായ ഉത്തരം പറഞ്ഞില്ല.

അപ്പോൾ രാജാവ്, ഈ ചോദ്യത്തിന് ഉത്തരം കണ്ടുപിടിക്കാനാവില്ല എന്ന ഉറപ്പോടെ ഇങ്ങനെ വിളംബരം ചെയ്തു. ഈ ചോദ്യത്തിന്റെ ഉത്തരം കണ്ടെത്തുന്നവന് രാജകുമാരിയെ കല്യാണം കഴിക്കാം.

നാനാനാടുകളിൽനിന്ന് ആളുകൾ ആ കടങ്കഥയ്ക്ക് ഉത്തരം തേടിയെത്തി. എന്നാൽ ആർക്കും ഉത്തരം ശരിയായി പറയാൻ സാധിച്ചില്ല.

ഒരുദിവസം ഒരു ഇടയൻ ഒരു പറ്റം ചെമ്മരിയാടുകളുമായി അവിടെ എത്തി. തന്റെ ആടുകളുടെ രോമം കത്രിക്കാൻ ചന്തയിലേക്ക് പോകുംമുമ്പ് ആ നാട്ടിലെ കാഴ്ചകൾ കാണാൻ അയാൾ തീരുമാനിച്ചു. നടന്നു നടന്നയാൾ കൊട്ടാരത്തിന്റെ പരിസരത്തെത്തി. ക്ഷീണിച്ച ആ ഇടയൻ ഒരു ചുരുട്ടു പുകയ്ക്കാൻ കൊട്ടാരത്തെ പൂന്തോട്ടത്തിൽ ഇരുന്നു. അപ്പോൾ അയാൾ രാജാവ് തന്റെ പത്നിയോട് സ്വകാര്യമായി സംസാരിക്കുന്നത് കേൾക്കാനിടയായി.

"എനിക്ക് തോന്നുന്നു, ഞാൻ എന്റെ കുപ്പായം പേനിന്റെ തോൽകൊണ്ടുണ്ടാക്കിയതെന്ന് ആർക്കും കണ്ടുപിടിക്കാൻ സാധിക്കില്ലെന്ന്."

ഇതു കേട്ട ആട്ടിടയന് സന്തോഷമായി. ഇനി എനിക്ക് രാജകുമാരിയെ വിവാഹം കഴിക്കാം.

അടുത്ത ദിവസം രാവിലെ കൊട്ടാരത്തിലെത്തിയ ഇടയൻ പറഞ്ഞു. "രാജാവേ അങ്ങയുടെ കടങ്കഥയ്ക്ക് ഉത്തരം കണ്ടെത്താൻ ശ്രമിക്കാൻ ഞാൻ ആഗ്രഹിക്കുന്നു."

"ശ്രമിക്കൂ."

രാജാവേ, ഒരു പേൻതൊലികൊണ്ടാണ് അങ്ങയുടെ കോട്ട് തുന്നിയിരിക്കുന്നത്."

"തികച്ചും ശരിയാണ്," സന്തുഷ്ടനായ രാജാവ് കുമാരിയെ വിവാഹം ചെയ്തുകൊടുത്തു.

വിലക്കപ്പെട്ട നിലവറ

ഒരിടത്ത് ഒരു നീചനായ മന്ത്രവാദിയുണ്ടായിരുന്നു. ഭിക്ഷക്കാരന്റെ വേഷത്തിൽ അവൻ വീട് വീടാന്തരം കയറി യാചിക്കും. അതിസുന്ദരികളായ പെൺകുട്ടികളെ തട്ടിക്കൊണ്ട് പോകും. പിന്നെ അവരെ ആരും കാണില്ല.

ഒരു നാൾ അയാൾ ഒരു വീടിന്റെ വാതിലിൽ മുട്ടി. അവിടെ ഒരു പാവം മനുഷ്യൻ തന്റെ അതീവ സുന്ദരികളായ മൂന്ന് മക്കളോടൊപ്പമാണ് താമസിച്ചിരുന്നത്. മൂത്ത മകൾ വാതിൽ തുറന്ന് യാചകന് കുറച്ച് ആഹാരം നല്കി. അയാൾ അവളുടെ വിരലുകളിൽ സ്പർശിച്ച് ഒരു മോഹനിദ്രയ്ക്ക് വിധേയമാക്കി. എന്നിട്ട് കൈയിലുള്ള കൂടയിൽ അടച്ച് അവളെ കൊണ്ടുപോയി. അവന്റെ വീട് കാനനമദ്ധ്യേ ആയിരുന്നു. ആ വീട് അതിമനോഹരമായിരുന്നു. അവൾ എന്താഗ്രഹിച്ചോ അതവൾക്ക് ലഭിച്ചു.

ചില ദിവസങ്ങൾക്ക് ശേഷം അയാൾ അവളോട് പറഞ്ഞു. “ഞാൻ ഒരു ദൂരയാത്ര പോകുകയാണ്. നീ എന്റെ താക്കോൽക്കൂട്ടം സൂക്ഷിക്കുക. എല്ലാ മുറിയിലും നിനക്ക് പോകാം. എന്നാൽ വിലക്കപ്പെട്ട നിലവറയിൽ നീ പോകരുത്. പോയാൽ ജീവൻ കാണില്ല. പറഞ്ഞേക്കാം.”

ഇതും പറഞ്ഞ് അയാൾ ഒരു മുട്ട അവളെ ഏല്പിച്ചു. “ഇതു സൂക്ഷിച്ചുകൊൾക, ഞാൻ പോയിവരാം.”

മന്ത്രവാദി കാഴ്ചയിൽനിന്ന് മറഞ്ഞ മാത്രയിൽ അവൾ ഓരോ മുറികളായി പരിശോധന ആരംഭിച്ചു. അതിലെ പല മനോഹാരിതകളും അവളെ വല്ലാതെ ആകർഷിച്ചു. അവസാനം അവൾ നിരോധിക്കപ്പെട്ട അറയ്ക്കു സമീപം എത്തി. അവളുടെ ജിജ്ഞാസ അവളെ അനുസരണക്കേടിനു പ്രേരിപ്പിച്ചു. അവൾ ആ മുറിക്കുള്ളിൽ പ്രവേശിച്ചു.

അതിനകത്തു കണ്ട കാഴ്ച അവളെ നടുക്കിക്കളഞ്ഞു. നൂറുകണക്കിന് പെൺകുട്ടികൾ ഉറങ്ങിക്കിടക്കുന്നു. പേടിച്ചു വിറച്ച അവൾ അതിവേഗം മുറിക്കു പുറത്തു കടന്നു. തിടുക്കത്തിൽ ആ മുട്ട, മാന്ത്രികൻ നല്കിയത്, അവളുടെ കൈയിൽ നിന്ന് താഴെ വീണു. അതു പൊട്ടിയില്ല. പക്ഷേ, നിറം മാറി ചെമപ്പായി. എത്ര തുടച്ചിട്ടും ആ നിറം പോയും ഇല്ല.

കുറച്ചു കഴിഞ്ഞ് മന്ത്രവാദി തിരിച്ചെത്തി. മുട്ട കണ്ട അയാൾക്ക് കാര്യം മനസ്സിലായി. ആ പാവം പെൺകുട്ടിയെ തലയ്ക്ക് അടിച്ച് ബോധരഹിതയാക്കി. വിലക്കപ്പെട്ട നിലവറയിൽ കൊണ്ട് തള്ളി.

അതേ വീട്ടിൽ പോയി ആ മന്ത്രവാദി രണ്ടാമത്തെ സഹോദരിയെ തട്ടിക്കൊണ്ട് പോന്നു. അവൾക്കും അതേ വിധി തന്നെ സംഭവിച്ചു.

അടുത്ത ഊഴം മൂന്നാമത്തെ സഹോദരിയുടേതായിരുന്നു. പക്ഷേ, അവൾ ബഹു ബുദ്ധിമതിയായിരുന്നു. മന്ത്രവാദി അവൾക്കും മുട്ടയും താക്കോലുകളും നല്കി. അവൾ ആ മുട്ട അലമാരയിൽ സൂക്ഷിച്ചു. മന്ത്രവാദി പോയമാത്രയിൽ താക്കോലുമായി വിലക്കപ്പെട്ട നിലവറയിൽ പോയി. നൂറുകണക്കിന് പെൺകുട്ടികൾ ഉറക്കത്തിൽപ്പെട്ടു കിടക്കുന്നതുകണ്ട് അവൾ ആശ്ചര്യപ്പെട്ടു. കൂട്ടത്തിൽ അവളുടെ സഹോദരിമാരെയും കണ്ടു.

അവൾ പുറത്ത് കടന്ന് ആ മുറി പൂട്ടി. മന്ത്രവാദി വന്ന മാത്രയിൽ അവൾ ആ മുട്ടയും താക്കോൽക്കൂട്ടവുമായി അയാളെ എതിരേറ്റു.

“നീ ജിജ്ഞാസയെ ജയിച്ചു. അതിനാൽ നീയാണ് എന്റെ ഭാര്യ.” അയാൾ പ്രഖ്യാപിച്ചു.

അപ്പോഴേക്കും അവൾ മന്ത്രവാദിയുടെ മാന്ത്രികത നശിപ്പിച്ചി

രുന്നു. അവൾക്കിനി അയാളോടെന്തും ചെയ്യാമല്ലോ. അവൾ വിലക്കപ്പെട്ട നിലവറയിൽ കടന്ന് എല്ലാ പെൺകുട്ടികളെയും ഉണർത്തി. എന്നിട്ട് അവൾ മന്ത്രവാദിയോട് പറഞ്ഞു.

"ഞാൻ നിങ്ങളെ വിവാഹം കഴിക്കും മുമ്പ് എന്റെ മാതാപിതാക്കൾക്ക് ഒരു കൂട പൊൻപണം നല്കണം.

അവൾ ഒരു പടുകൂറ്റൻ കൂട കരസ്ഥമാക്കി. അതിനുള്ളിൽ സഹോദരിമാരെ ഒളിപ്പിച്ചു. പിന്നെ അതിനുമുകളിൽ നിറച്ച് സ്വർണ്ണനാണയം അടുക്കി. അതുമായി മന്ത്രവാദിയുടെ അടുക്കൽ എത്തിയിട്ടു പറഞ്ഞു. "നേരെ ഇതുമായി എന്റെ മാതാപിതാക്കളുടെ അടുത്തുപോകൂ വഴിയിൽ നില്ക്കരുത്. ജനാല വഴി ഞാൻ നോക്കിക്കൊണ്ടിരിക്കും." അയാൾ ആ കൂടയുമായി യാത്ര ആരംഭിച്ചു. തളർന്നിരിക്കുമ്പോഴൊക്കെ അവൻ ഇങ്ങനെ ഒരു ശബ്ദം കേട്ടു. "ഞാൻ നിങ്ങളെ ജനാലയിലൂടെ കാണുന്നുണ്ട്." തന്റെ ഭാവിവധുവിന്റെ ശബ്ദം എന്നു കരുതി അയാൾ ഉടൻ നടന്നുതുടങ്ങി. വിശ്രമിക്കാനേ അവസരം കിട്ടിയില്ലെന്ന് കരുതിക്കൊള്ളൂ. അവസാനം തന്റെ വധുവിന്റെ വീട്ടിൽ കൂട എത്തിച്ചു.

ഇതേ സമയം ആ പെൺകുട്ടി ഒരു കഷണം കട്ടിക്കടലാസിൽ തന്റെ തല പോലൊന്നുണ്ടാക്കി, രണ്ടാം നിലയിലെ കിളിവാതിലിൽ പ്രതിഷ്ഠിച്ചു. കണ്ടാൽ അവൾ നോക്കിനില്ക്കുന്നപോലെ. അതു കഴിഞ്ഞ് മറ്റെല്ലാ പെൺകുട്ടികളെയും തന്റെ കല്യാണത്തിനു ക്ഷണിച്ചു. അവസാനം സ്വന്തം മേലാസകലം തൂവൽ പൊതിഞ്ഞ് വീടു വിട്ടിറങ്ങി. ഉടനെ തന്നെ അവൾ തന്റെ കല്യാണത്തിന് ക്ഷണിക്കപ്പെട്ടവരെ കണ്ടു. അവർ ചോദിച്ചു.

"സുന്ദരിപ്പക്ഷീ, നിങ്ങൾ എവിടെനിന്നും വരുന്നു?"

"വിവാഹിതനാകാൻ പോകുന്ന മന്ത്രവാദിയുടെ വീട്ടിൽ നിന്ന്."

"എന്നാൽ പറയൂ. ആ സുന്ദരിയായ വധു എന്തു ചെയ്യുകയാണ്?"

"അതിമനോഹരമായി വേഷം ധരിച്ച് അവൾ കിളിവാതിലിലൂടെ താഴേക്ക് നോക്കിനില്ക്കുന്നു."

മന്ത്രവാദി തിരികെയെത്തുമ്പോൾ മട്ടുപ്പാവിലെ

കിളിവാതിൽ തുറന്ന് കിടക്കുന്നു. അവിടെ ഒരു ശിരസ്സും. അത് തന്റെ ഭാവിവധുവെന്ന് കരുതി അവളെ കാണാനായി ഉത്സാഹത്തോടെ അയാൾ പാഞ്ഞു. അകത്ത് കയറിയ അയാളെ അവളുടെ സഹോദരിമാരും മറ്റു പെൺകുട്ടികളും കൂടി തള്ളി വിലക്കപ്പെട്ട നിലവറയ്ക്കുള്ളിൽ അടച്ച് വീടിനു തീ കൊളുത്തി.

ഇതാണാ മന്ത്രവാദിയുടെയും അയാളുടെ വിലക്കപ്പെട്ട നിലവറയുടെയും അന്ത്യം.

ഭീമാകാരന്റെ രഹസ്യം

പണ്ട്, വളരെ പണ്ട്, വളരെ വളരെ പണ്ട്, ഒരു രാജാവിന് ഒരു ധീരനായ പുത്രനുണ്ടായിരുന്നു. ഒരു ദിവസം അവൻ അദ്ദേഹത്തോട് പറഞ്ഞു.

"പിതാവെ, ഞാൻ ഒന്നു ലോകമൊക്കെ ചുറ്റി ഒരു സാഹസികയാത്ര നടത്തി വരാം."

അദ്ദേഹത്തിനത് തീർത്തും താല്പര്യമുണ്ടായിരുന്നില്ല. എന്നാൽ മകന്റെ സ്നേഹപൂർവ്വമുള്ള നിർബ്ബന്ധത്തിനു വഴങ്ങുകയേ തരമുണ്ടായുള്ളൂ.

കുമാരൻ സുന്ദരനായ ഒരു കുതിരപ്പുറത്ത് യാത്ര പുറപ്പെട്ടു. കുറെ ഏറെ ദൂരെ, അവൻ ഒരു കാട്ടിനടുത്തെത്തി. അവനതു കടന്നുവേണം മുന്നോട്ട് പോകാൻ. കൊടുംകാട്ടിൽ അവൻ പൊടുന്നനെ ഒരു വേട്ടനായയുടെ ഓലിയിടലും സിംഹത്തിന്റെ ആക്രോശവും കേട്ടു. അവിടെ അതാ നാല് മൃഗങ്ങൾ, ഒരു സിംഹം, ഒരു വേട്ടനായ, ഒരു കഴുകൻ ഒരു ഉറുമ്പ്. അവർ കൂടി നിന്ന് ഒരു ചത്ത മാനിനെ പങ്കുവയ്ക്കുന്നതിനെച്ചൊല്ലി വാഗ്വാദത്തിലാണ്.

രാജകുമാരനെ കണ്ട മാത്രയിൽ സിംഹം മുരണ്ടു "ഒരു നിമിഷം സുഹൃത്തേ, ഞങ്ങൾ നാലുപേർക്കും ഈ മാനിനെ വീതം വയ്ക്കാൻ സാധിക്കുന്നില്ല. അതിന് സഹായിക്കാമെങ്കിൽ, ഞങ്ങൾക്ക് തൃപ്തികരമായ തീരുമാനമെടുക്കുകയാണെങ്കിൽ

തീർച്ചയായും ഞങ്ങൾ നിനക്ക് ഓരോ സമ്മാനം നല്കും."

അങ്ങനെ രാജകുമാരൻ മാനിനെ ഭാഗിച്ചു. സിംഹത്തിന് മാംസ സമ്പുഷ്ടമായ ദേഹം, വേട്ടനായ്ക്ക് വാരിയെല്ല്, കഴുകന് കൈകാലുകൾ, പിന്നെ ഉറുമ്പിനു തലയും.

തൃപ്തരായ മൃഗങ്ങൾ രാജകുമാരന് നന്ദി പറഞ്ഞു "ഞങ്ങൾ നിനക്ക് സമ്മാനം തരും എന്ന് പറഞ്ഞില്ലേ!" സിംഹം ചോദിച്ചു. "ഇതാ, എന്റെ സടയിലെ ഒരു രോമം. ഇത് സൂക്ഷിക്കൂ. എപ്പോൾ നിനക്ക് ഒരു സിംഹം ആകണം എന്ന് തോന്നുന്നുവോ അപ്പോൾ "ദൈവവും സിംഹവും" എന്ന് പറയൂ. ആ മാത്രയിൽ നീ സിംഹമാകും. ഇനി തിരിച്ച് മനുഷ്യനാവാനും എളുപ്പമാണ്. "ദൈവവും മനുഷ്യനും" എന്ന് പറഞ്ഞാൽ മതി. ഉടൻതന്നെ നീ മനുഷ്യനാവും."

വേട്ടനായും കൊടുത്തു ഒരു മുടി. അതുപയോഗിച്ച് അവന് വേട്ടനായ് ആയും തിരിച്ച് മനുഷ്യനായും മാറാൻ കഴിയും. "ദൈവവും വേട്ടനായും" എന്നും "ദൈവവും മനുഷ്യനും" എന്നും പറഞ്ഞാൽ മതി.

കഴുകനും കൊടുത്തൊരു തൂവൽ "ദൈവവും കഴുകനും" എന്ന് പറഞ്ഞാൽ കഴുകൻ ആകാമത്രെ. അപ്പോഴതാ കുഞ്ഞുറുമ്പു തന്റെ കൊമ്പുകളിൽ ഒന്നുമായി. പറയേണ്ട, അടയാള വാക്യം "ദൈവവും ഉറുമ്പും."

രാജകുമാരൻ അവർക്ക് നന്ദി പറഞ്ഞു, യാത്ര പുനരാരംഭിച്ചു. ഒരു ദിവസം ഒരു ഉപേക്ഷിക്കപ്പെട്ട പടുകൂറ്റൻ കൊട്ടാരത്തിനടുത്തെത്തി. ആ കൊട്ടാരത്തിനുള്ളിലേക്ക് കയറാൻ ഒരു വഴിയും കണ്ടില്ല. തനിക്ക് വനസുഹൃത്തുക്കൾ നല്കിയ സമ്മാനങ്ങളിൽ ആ തൂവൽ എടുത്തവൻ പറഞ്ഞു, "ദൈവവും കഴുകനും." കഴുകനായി മാറിയ കുമാരൻ ചിറകടിച്ച് പറന്ന് കോട്ടയിലെ ഏറ്റവും ഉയർന്ന ഗോപുരത്തിലെ വാതിലിലൂടെ അകത്തുകടന്നു. അവിടെ അതാ മനോഹരമായി അലങ്കരിച്ച കിടക്കമുറിയിൽ അതിസുന്ദരിയായ ഒരു കുമാരി ഉറങ്ങുന്നു.

അയാൾ മന്ത്രിച്ചു "ദൈവവും മനുഷ്യനും." അങ്ങനെ വീണ്ടും മനുഷ്യനായിത്തീർന്ന കുമാരൻ ആ പെൺകുട്ടിയെ വ്യക്തമായി കാണാൻ അടുത്തേക്ക് ചെന്നു. കണ്ണു തുറന്ന കുമാരി കണ്ടത് തന്നെ നിർന്നിമേഷനായി നോക്കി നില്ക്കുന്ന

ഒരു സുന്ദരനെയാണ്. പേടിയോടെ അവൾ ചോദിച്ചു. “അങ്ങെന്താണിവിടെ?” കോട്ടയുടെ ഉടമസ്ഥനായ രാക്ഷസൻ കണ്ടാൽ പിന്നെ ഉടൻതന്നെ കൊന്നുകളയും.”

“കുമാരീ, ഞാനൊരു സാഹസികനാണ്. നിങ്ങൾ ഭയപ്പെടേണ്ട. കണ്ടിട്ട് നിങ്ങൾ ആ രാക്ഷസന്റെ തടവിലാണെന്ന് തോന്നുന്നു. ഞാൻ എങ്ങനെയാണ് ഭവതിയെ സഹായിക്കേണ്ടത്? കല്പിച്ചാലും.”

“അതെ, ഞാൻ ഒരു നിർഭാഗ്യവതിയായ തടവുകാരിയാണ്. പക്ഷേ, നിങ്ങൾക്കെന്നെ സഹായിക്കാനാവില്ല. നാട്ടിലെ എല്ലാ യുദ്ധവീരന്മാരെയും പോരാളികളെയും രാക്ഷസൻ നിലംപരിശാക്കിക്കളഞ്ഞു.”

പൊടുന്നനവെ അതാ കേൾക്കുന്നു ഒരു ശബ്ദം ഇടിനാദം പോലെ. പെൺകുട്ടി ഭയന്നു വിറച്ചു. അവനെ ഒളിപ്പിക്കാനാവാതെ വ്യഗ്രതപ്പെട്ടു.

“പേടിക്കേണ്ട രാജകുമാരി”, കൈയിൽ ഉറുമ്പിന്റെ കൊമ്പെടുത്ത് കുമാരൻ “ദൈവവും ഉറുമ്പും” എന്നു പറഞ്ഞ മാത്ര അവൻ ഒരു ഉറുമ്പായി മാറി.

“കുമാരി, നിങ്ങൾ ആരോടോ സംസാരിക്കുന്നുണ്ടായിരുന്നു തീർച്ച” എന്ന് പറഞ്ഞ് രാക്ഷസൻ ഓരോ മുക്കും മൂലയും പരതി. ആരെയും കാണാതെ തൃപ്തിയോടെ അവിടം വിട്ടു.

“ദൈവവും മനുഷ്യനും” എന്ന് പറഞ്ഞ് കുമാരൻ മനുഷ്യനായിത്തീർന്നു. സന്തുഷ്ടയായി കുമാരി രാജകുമാരനോട് പറഞ്ഞു. “കുമാരാ ഒരുപക്ഷേ താങ്കൾക്കെന്നെ സഹായിക്കാനാവും. അതിനു താങ്കൾ രാക്ഷസനെ കൊല്ലേണ്ടതായുണ്ട്. അതിനാദ്യം അയാളുടെ ജീവനൊളിപ്പിച്ച മുട്ട പൊട്ടിക്കണം. ആർക്കും കാണാൻ സാധിക്കാത്തിടത്തു അതീവ രഹസ്യമായാണ് അതിനെ ഒളിപ്പിച്ചു വച്ചിരിക്കുന്നത്.”

അടുത്ത ദിവസം രാവിലെ സന്ദർശനത്തിനു വന്ന രാക്ഷസനോട് കുമാരി ഇപ്രകാരം പറഞ്ഞു. “പ്രഭോ, ഞാനിന്നലെ ഒരു ദുഃസ്വപ്നം കണ്ടു. ഒരു മനുഷ്യൻ നിങ്ങളുടെ ജീവൻ ഒളിപ്പിച്ച് വച്ച മുട്ട പൊട്ടിച്ചു.”

“പരിഭ്രമിക്കേണ്ട കുമാരി, മുട്ട അതീവ രഹസ്യമായിത്തന്നെ സൂക്ഷിക്കപ്പെട്ടിട്ടുണ്ട്” അയാൾ പറഞ്ഞു.

എന്നാൽ ഒരു ഉൾഭയം രാക്ഷസനുണ്ടായി. സത്യത്തിൽ കുമാരി പറഞ്ഞതിൽ എന്തെങ്കിലും വാസ്തവമുണ്ടെങ്കിൽ! ഇമ ചിമ്മുന്ന വേഗതയിൽ അയാൾ ഒരു പ്രാവായി പറന്നു. കുമാരൻ ഒരു കഴുകനായി പിന്നാലെ. ദൂരെ ഒരു ഗുഹയിലെത്തിയ പ്രാവ് തന്റെ ജീവൻ സൂക്ഷിച്ചിട്ടുള്ള ചെപ്പ് കൈക്കലാക്കി. പിന്നാലെ വന്ന കഴുകനെ കണ്ട പ്രാവ് ഒരു നരിയായി ആ മുട്ട വിഴുങ്ങി. കുമാരൻ ഒരു സിംഹമായി നരിക്കു പിന്നാലെ, പാഞ്ഞു. നരി അതാ ഒരു കാട്ടുമുയലായി. കുമാരൻ വേട്ടപ്പട്ടിയായി പിന്തുടർന്നു. മുയൽ പ്രാവായി. കഴുകൻ ആ പ്രാവിന്റെ കഥ കഴിച്ചു. ചത്ത പ്രാവിനെ നഖങ്ങളിൽ തൂക്കി ഭൂമിയിലെറിഞ്ഞു. അതിനെ പിളർന്ന് മുട്ടയെടുത്ത് പൊട്ടിച്ചു. എന്നെന്നേക്കുമായി ആ രാക്ഷസൻ ചത്തുവീണു.

കഴുകൻ പറന്ന് ആ കുമാരിയുടെ അടുത്ത് എത്തി. അതോടെ അതു മനുഷ്യരൂപത്തിലായി. മനുഷ്യരൂപത്തിൽ എത്തിയ കുമാരൻ കുമാരിയെ വിവാഹം കഴിച്ചു. ആ കോട്ട അവരുടെ സ്നേഹത്തിന്റെ സ്മാരകമായി മാറി.

പുലിയച്ഛനും കുട്ടിത്തേവാങ്കും

ഒരിടത്ത് മാന്യനായ ഒരു പുലിയച്ഛനുണ്ടായിരുന്നു. ഒരു പെൺ തേവാങ്കും. അവളുടെ മകനെ മാമോദിസാ മുക്കുന്നതു വഴി അവർ നിതാന്ത സൗഹൃദത്തിലായി. കുട്ടിത്തേവാങ്കിനു പുലി തലതൊട്ടപ്പനും.

ഒരുദിവസം ഇര തേടാനിറങ്ങിയ നമ്മുടെ പുലിയച്ഛൻ തേവാങ്കിന്റെ വീട്ടിലെത്തി. നിറഞ്ഞ മനസ്സോടെ സുഹൃത്തിനെ സ്വാഗതം ചെയ്ത അമ്മ ചോദിച്ചു. "എന്താണ് കൂട്ടുകാരാ? എന്താ ഇവിടെ? നിങ്ങൾ എന്തു തിരയുന്നു?"

"പ്രിയ സുഹൃത്തേ ഞാൻ കുറച്ച് ഭക്ഷണം ശേഖരിക്കാനിറങ്ങിയതാ, പോകുന്ന വഴി എന്റെ ശിഷ്യനെ കൂടെ കൂട്ടാമെന്ന് കരുതി. അവന് വേട്ടയാടാൻ പഠിക്കാമല്ലോ." പുലി പറഞ്ഞു.

"മിത്രമേ നിങ്ങളുടെ ശിഷ്യൻ ശിശുവാണ്. അവനാപത്ത് സംഭവിക്കുമോ എന്ന് എനിക്ക് നല്ല ഭയമുണ്ട്. അവൻ കുറച്ചു കൂടി മുതിരട്ടെ. ആ കുട്ടിത്തേവാങ്കിന് അരിശം വന്നു." ഞാൻ പോകുന്നതാണ് നല്ലതമ്മേ തലതൊട്ടപ്പൻ പറയുന്നപോലെ ഒരു മികച്ച വേട്ടക്കാരനാവാൻ നല്ല പരിശീലനം ആവശ്യമാണ്. എനിക്ക് പോയേ തീരൂ."

"പക്ഷേ, നിന്നെ പിരിഞ്ഞിരിക്കാൻ എനിക്ക് പ്രയാസമാണ്. വേട്ടനിലം വളരെ ദൂരെയാണ്" അമ്മത്തേവാങ്ക് വേവലാതിപ്പെട്ടു.

"ഞാൻ പോകും. പോകും. പോകും. മൂന്നരത്തരം!" കുട്ടിത്തേവാങ്ക് വാശി പിടിച്ചു. അങ്ങനെ തലതൊട്ടപ്പന്റെ കൂടെ അവൻ യാത്ര പുറപ്പെട്ടു.

"എവിടെ പുഴയൊണ്ടോ അവിടേക്കാണ് നമ്മുടെ യാത്ര." പുലിയച്ഛൻ പറഞ്ഞു.

"നമ്മൾ എങ്ങനെയാണവിടെ എത്തുക!" കുട്ടിത്തേവാങ്കിന്റെ സംശയം.

"എന്നോട് ചേർന്ന് നടക്ക് വഴി തെറ്റണ്ട. ഇതാ നമ്മൾ എത്താറായി."

"തീർച്ചയായും." കുട്ടിത്തേവാങ്ക് പുലിയുടെ കൈയും പിടിച്ച് നടപ്പായി. ഏറെ നടന്ന് അവർ പുഴക്കരയിൽ എത്തി. "ഇവിടെ നിന്നാണ് നാം ഭക്ഷിക്കുക." പുലിയച്ഛൻ പറഞ്ഞു.

"അതേയോ" കുട്ടിത്തേവാങ്കിന് അത്ഭുതം.

"ശ്രദ്ധിച്ചുനോക്കൂ. ഞാൻ എന്റെ ആയുധം മൂർച്ച വരുത്തട്ടെ." പുലിയച്ഛൻ തന്റെ കൂർത്തു മൂർത്ത നഖങ്ങൾ പാറയിൽ ഉരച്ച് മൂർച്ചകൂട്ടി.

കൗതുകത്തോടെ നോക്കിയിരുന്ന കുട്ടിത്തേവാങ്കിനോട് പുലി പറഞ്ഞു. "കുഞ്ഞേ, ഞാൻ എന്റെ ആയുധം തയ്യാറാക്കി. ഇനി നിന്റെ ജോലിയാണ്. കാരണം ഞാൻ ഉറങ്ങാൻ പോകുന്നു. ആഹാരം മുന്നിൽ എത്തുമ്പോ നീ എന്നെ ഉണർത്തണം."

"അത് ഞാനേറ്റു." കുട്ടിത്തേവാങ്ക് ആർത്തുവിളിച്ചു.

"ഒരു കാര്യം കുഞ്ഞേ, വെറുതെ ഒച്ചയിടരുത്. അവറ്റ വരുമ്പോ മെല്ലെ എന്റെ വയറ്റിൽ മാന്തണം. അപ്പോൾ അവർ ഭയന്നോടുകയില്ല. ശ്രദ്ധിക്കൂ, കുഞ്ഞു മൃഗങ്ങൾ വന്നാൽ എന്നെ ശല്യപ്പെടുത്തരുത്. കൂറ്റൻ കൊമ്പുകളുള്ളവ വന്നാൽ മാത്രം എന്നെ ഉണർത്തിയാൽ മതി."

അതു ശരി! കുട്ടിത്തേവാങ്ക് തയ്യാറായി കൂറ്റൻ കൊമ്പുകളുള്ള ഒരു കലമാൻ അതിന്റെ കാലക്കേടിന് വെള്ളം കുടിക്കാനവിടെ ഓടിയെത്തി. വയറ്റിൽ മാന്തി മാന്തി അവൻ തലതൊട്ടപ്പനെ ഉണർത്തി കലമാനെ കാട്ടി.

പുലിയച്ഛൻ ഒറ്റച്ചാട്ടത്തിന് കലമാനെ കൊന്നു.

"എന്റെ കുഞ്ഞേ, എണീക്കൂ. നമ്മൾ മാംസം കഴിക്കാൻ പോകുകയാണ്."

"ശരി തലതൊട്ടപ്പാ." നല്ലൊരു വേട്ടക്കാരന്റെ സന്തോഷത്തോടെ കുട്ടിത്തേവാങ്ക് പുലിയോടൊപ്പം ആ കലമാനെ ഭക്ഷിച്ചു.

"ഇനി നമ്മൾ ഈ അവശേഷിക്കുന്ന ആഹാരം നിന്റെ അമ്മയ്ക്കായി കൊണ്ടുപോകും. നമുക്ക് വയറു നിറഞ്ഞപോലെ അവൾക്കും വയറു നിറയണ്ടേ?" പുലി ചോദിച്ചു.

"തീർച്ചയായും." കൊച്ചു തേവാങ്കിന് സന്തോഷമായി. തന്റെ വേട്ടയുടെ വിശേഷം അമ്മയോട് പറയാൻ അവന് ഉത്സാഹമായി. രണ്ടുപേരും ശേഷിച്ച ഇറച്ചിയുമായി തിരിച്ചു യാത്രയായി.

വീട്ടിലെത്തിയതും പുലി അമ്മത്തേവാങ്കിനെ അഭിവാദനം ചെയ്തു. "പ്രിയപ്പെട്ട സഖേ, ഞങ്ങളുടെ വേട്ടയുടെ പങ്കിതാ. ഞങ്ങൾ കഴിക്കുമ്പോൾ നിങ്ങൾ പട്ടിണിയിരിക്കുന്നത് ശരിയല്ല. വയറു നിറച്ചാലും."

സന്തോഷത്തോടെ പുലി കൊടുത്തു. തേവാങ്ക് ശാപ്പിട്ടു.

വയറു നിറഞ്ഞു. തേവാങ്ക് അറിയിച്ചു. "നന്ന് സഖേ, നന്ന്. ഇനി ഞാൻ തിരിച്ച് പോകട്ടെ. ഇനിയും കാണാം." പുലി സന്തോഷപൂർവ്വം തിരിച്ചുപോയി. അമ്മയും മകനും സുഖമായി അവിടെ താമസിച്ചു. ബാക്കി വന്ന ഇറച്ചി പിന്നെ ഉപയോഗിക്കാൻ സൂക്ഷിച്ചുവച്ചു.

നാളുകൾ കടന്നു. ഇറച്ചി തീർന്നു. അമ്മ മകനോട് പറഞ്ഞു. "നമ്മുടെ ഭക്ഷണം ആകെ കാലിയായി."

"അതെ അതെ അമ്മേ. ഞാൻ കുറച്ച് ആഹാരം സമ്പാദിച്ചു വരാം." കുട്ടിത്തേവാങ്ക് പറഞ്ഞു.

"അയ്യോ കുഞ്ഞേ! നീ അതിനു മാത്രം വളർന്നിട്ടില്ല. നോക്കൂ. എന്ത് കുഞ്ഞാണ് നീ. വേട്ടയ്ക്കിടയിൽ നീ കൊല്ലപ്പെട്ടാലോ?" അമ്മയ്ക്ക് കരച്ചിൽ വന്നു.

"എന്താ അമ്മേ ഇത്." കുട്ടിത്തേവാങ്കിന് അരിശം വന്നു. "വേട്ടയാടാൻ എന്റെ തലതൊട്ടപ്പൻ എത്ര നന്നായി പഠിപ്പിച്ചെന്നോ? ഞാൻ ഇപ്പോൾത്തന്നെ പുറപ്പെടുകയായി."

മകൻ യാത്ര തിരിച്ചു. അമ്മത്തേവാങ്ക് ആശങ്കയോടെ കാത്തുനിന്നു.

കുട്ടിത്തേവാങ്ക് പുലി കാണിച്ച മാർഗ്ഗത്തിലൂടെ വച്ച് പിടിച്ചു. അതാ പുഴ. അവൻ സന്തോഷത്തോടെ പാഞ്ഞു.

തലതൊട്ടപ്പന് ചീത്തപ്പേരുണ്ടാക്കാൻ പാടില്ല. അദ്ദേഹം ചെയ്തപോലെ ചെയ്താലേ നല്ല ഒരു വേട്ടക്കാരനാവാൻ പറ്റൂ. കുട്ടിത്തേവാങ്ക് തന്റെ "കത്തി" തേച്ച് മൂർച്ച വരുത്തി.

"ഇങ്ങനെ തന്നെയാണ് തലതൊട്ടപ്പൻ ചെയ്തത് ഞാൻ കൊച്ചു മൃഗങ്ങളെ വേട്ടയാടില്ല. കൂറ്റൻ കൊമ്പുള്ളവരെ മാത്രമേ പിടികൂടൂ. എന്റെ തലതൊട്ടപ്പന്റെ പേരു നിലനിർത്തണ്ടേ. എന്റെ കത്തികൾ തയ്യാറാക്കിയ സ്ഥിതിക്ക് ഞാൻ ഒന്നുറങ്ങട്ടെ."

ഉറങ്ങി എണീറ്റ കുട്ടിത്തേവാങ്ക് കൂറ്റൻ കൊമ്പുള്ള മൃഗ ങ്ങൾക്കായി കാത്തിരുന്നു. അതാവരുന്നു ഒരു പടുകൂറ്റൻ കല

മാൻ. ഇവനെ പിടിച്ചാൽ ഒരു പങ്ക് മാംസം തലതൊട്ടപ്പന്. എത്ര അഭിമാനമാകും എന്നെക്കുറിച്ചദ്ദേഹത്തിന് എന്ന് ചിന്തിച്ച് കൂർത്തകത്തികൾ വെളിയിലേക്ക് നീട്ടി അവൻ കുതിച്ച് ചാടി. പക്ഷേ, പാവം തേവാങ്ക്! അവന്റെ കത്തികൾ കലമാന്റെ തോലിൽ കുരുങ്ങി. അവന് ആ കൊമ്പുകൾക്കിടയിൽ തൂങ്ങിക്കിടന്നു. കുറേദൂരം കുതിച്ചോടിയ കലമാൻ കുട്ടിത്തേവാങ്കിനെ കുലുക്കി താഴേയ്ക്കിട്ടു. തലതല്ലി അവൻ താഴേ വീണു. വാപിളർന്ന് അവനവിടെ കിടന്നു.

ഏറെനേരം കാത്തിരുന്ന് അമ്മത്തേവാങ്ക് തളർന്നു. സങ്കടംകൊണ്ട് അവൾ ഇങ്ങനെ ചിന്തിച്ചു. “അയ്യോ എന്റെ കുഞ്ഞ്, അവനെന്തു പറ്റി? ഞാൻ അവനെ തിരഞ്ഞ് പോകുന്നതാണ് നല്ലത്.” അങ്ങനെ അമ്മത്തേവാങ്ക് അവന്റെ കാലടി പിന്തുടർന്ന് പുഴവക്കിലെത്തി. അവിടെങ്ങും അവനെക്കണ്ടില്ല. പൊടുന്നനെ കലമാന്റെ കാല്പാടുകൾ അവളുടെ ദൃഷ്ടിയിൽപ്പെട്ടു. ഓ, അവറ്റയുടെ പിറകേ അവൻ പോയിട്ടുണ്ടാകും. അടുത്തു തന്നെ അവനുണ്ടാവും. ഇതും പറഞ്ഞ് അവർ പിന്നെയും നടന്നു. ദൂരെ അവളുടെ മകൻ കിടക്കുന്നു. അവൻ ചിരിക്കുന്നു. അവന്റെ പല്ലിനെന്ത് വെണ്മയാണ്. ദൂരെ നിന്ന് അമ്മത്തേവാങ്ക് കരുതി.

അടുത്തെത്തിയ അവൾ ചോദിച്ചു. “എന്താ കുഞ്ഞേ ചിരിക്കുന്നത്?”

അവൾ പിന്നെയും അടുത്തെത്തി കൈനീട്ടി. “നിന്നെ കൊണ്ടുപോകാനാണ് ഞാൻ വന്നത്. നീ എന്താ എന്നെ കളിയാക്കുന്നോ?”

അവനെ പിടിച്ചെണീപ്പിക്കാൻ ഭാവിച്ചപ്പോഴാണ് അവൻ ചത്തുപോയെന്നമ്മയ്ക്ക് മനസ്സിലായത്.

അവൾ അവിടിരുന്ന് കരഞ്ഞു.

പുലിയും പുള്ളിമാനും

ഒരു മാൻ തനിക്ക് ഒരു വീട് നിർമ്മിക്കാനായി സ്ഥലം തേടി നടക്കുകയായിരുന്നു. വളരെ തിരഞ്ഞ് അവൻ ഒരു സ്ഥലം കണ്ടുപിടിച്ചു. "നാളെ മുതൽ വീടിന്റെ പണി ആരംഭിക്കണം." അവൻ തീരുമാനിച്ചു.

അതേസമയം ഒരു പുലിയും വീടിനു പറ്റിയ സ്ഥലം അന്വേഷിച്ചു നടന്നു. തിരഞ്ഞ് കണ്ടുപിടിച്ചതോ? നമ്മുടെ പുള്ളിമാൻ കണ്ടുപിടിച്ച അതേ സ്ഥലം. "പണി ആരംഭിക്കുക നാളെയാവാം." സ്ഥലം കണ്ട് സന്തോഷിച്ച പുലിയും തിരിച്ച് പോയി.

അടുത്ത ദിവസം മാൻ തിരിച്ചു വന്നു. തന്റെ ബലിഷ്ഠമായ കൊമ്പുകൾകൊണ്ട് നിലം കിളച്ചൊരുക്കി. തിരിച്ചുപോയി.

വൈകിട്ട് വന്ന പുലി ഇങ്ങനെ ചിന്തിച്ചു. 'ആരോ ഒരാൾ എന്നെ സഹായിക്കുന്നുണ്ട്.' അവൻ നല്ല കുറേ തടി കൊണ്ടുവന്ന് വീടിന്റെ ഒരു ചട്ടക്കൂട് തയ്യാറാക്കി.

അടുത്ത ദിവസം അതിരാവിലെ മാൻ എത്തി. 'ഹൊ ആരാണാവോ എന്നെ സഹായിക്കുന്നത്.' എന്ന് ആശ്ചര്യപ്പെട്ട് അവൻ ആ വീടിന് മേല്ക്കൂരയും ചുമരുകളും നിർമ്മിച്ചു. വീട്ടിൽ രണ്ടു മുറികളും തയ്യാറാക്കി. ഒന്ന് തനിക്കും മറ്റൊന്ന് തന്നെ സഹായിക്കുന്ന നല്ലവനായ സുഹൃത്തിനും. വൈകുന്നേരമെത്തി. പുലി പണിതീർന്ന വീട്ടിനുള്ളിൽ പ്രവേശിച്ച് ഒരു മുറിയിൽ താമസമാക്കി. ശേഷം എത്തിയ മാൻ മറ്റേ മുറിയിൽ താമസമാരംഭിച്ചു.

പരസ്പരം കാണാതെ കുറേ നാൾ അവർ അങ്ങനെ കഴിഞ്ഞു.

ഒരു ദിവസം രണ്ടുപേരും ഒന്നിച്ച് വീടെത്തി. അവർ തമ്മിൽ കണ്ടു. പുലി ചോദിച്ചു. "ഹേയ്! നിങ്ങളാണോ എന്നെ സഹായിച്ചത് ഈ വീടു പണിയാൻ?"

"അതെ. അതെ. അതു ഞാൻ തന്നെ." മാൻ ഉത്തരം നല്കി.

"നമുക്കിവിടെ ഒരുമിച്ച് താമസിക്കാം." പുലി ആഗ്രഹം പ്രകടിപ്പിച്ചു.

"ശരി. നന്ദി നമുക്ക് ഒരുമിച്ച് താമസിക്കാം." ഒരേ വീട്ടിൽ സുഹൃത്തുക്കളായി മാനും പുലിയും ആഹ്ലാദത്തോടെ താമസിച്ചു.

അങ്ങനെയിരിക്കെ ഒരു ദിവസം രാവിലെ പുലി പറഞ്ഞു. "ഞാൻ ഒന്ന് വേട്ടയ്ക്ക് പോകട്ടെ. നീ വീടുവൃത്തിയാക്കി വിറകും വെള്ളവും ശേഖരിക്ക്. ഞാൻ തിരിച്ചെത്തുമ്പോൾ വല്ലാത്ത വിശപ്പായിരിക്കും."

വേട്ടയ്ക്ക് പോയ പുലി ഒരു പടുകൂറ്റൻ മാനിനെക്കൊന്ന് കൊണ്ടുവന്നു. സുഹൃത്തിനെ വിളിച്ച് അവൻ പറഞ്ഞു. "വരൂ ഞാൻ കൊണ്ടുവന്ന ഈ ഇറച്ചി ഒരു പങ്ക് നിനക്കാണ്."

പക്ഷേ, ആകെ പേടിച്ച മാനിന് ഭക്ഷണം കഴിക്കാനേ സാധിച്ചില്ല. രാത്രിമുഴുവൻ അവൻ പേടിച്ച് വിറച്ചിരുന്നു. നേരം വെളുത്തതും അവൻ കാട്ടിലേക്ക് പാഞ്ഞു.

വഴിയിൽ ഒരു കൂറ്റൻ പുലി കിടന്നുറങ്ങുന്നത് കണ്ടു. കുറച്ച് അപ്പുറത്ത് ഒരു കാട്ടുപോത്തും. സൂത്രശാലിയായ മാൻ കാട്ടുപോത്തിനെ വന്ദിച്ച് താഴ്മയായി അറിയിച്ചു. "ചേട്ടാ, താങ്കളെക്കുറിച്ച് ഇല്ലാവചനങ്ങൾ പറഞ്ഞ് നടക്കുന്ന ഒരു പുലിയെ ഞാൻ കണ്ടു."

കാട്ടുപോത്ത് അമറി. "എവിടെ അവൻ"

"എന്റെ കൂടെ വരൂ. ഞാൻ കാണിച്ചു തരാം." ദൂരെ ഉറങ്ങിക്കിടന്ന പുലിയുടെ അടുത്തേക്ക് മാൻ കാട്ടുപോത്തിനെ എത്തിച്ചു. പതിയെ പതിയെ അടുത്തുചെന്ന കാട്ടുപോത്ത് ചവിട്ടിയും കുത്തിയും ആ പുലിയുടെ കഥ കഴിച്ചു; എന്നിട്ട് ഓടിപ്പോയി. ചത്തപുലിയെ വലിച്ചിഴച്ച് മാൻ വീടുപറ്റി.

"കൂട്ടുകാരാ, വന്ന് എന്റെ വേട്ടയിറച്ചി ഭക്ഷിക്കുക." മാൻ വിളിച്ച് പറഞ്ഞു. ഓടി വന്ന പുലി ഞെട്ടിപ്പോയി. അവന് ഭക്ഷിക്കാനേ സാധിച്ചില്ല. ആ രാത്രി മുഴുവൻ പുലിയും മാനും ഉറങ്ങിയില്ല. 'ഹോ അപാരം തന്നെ. പുലിയെ കൊല്ലുന്ന മാൻ' ഓർമ്മയിൽത്തന്നെ പുലി ഞെട്ടി വിറച്ചു.

'ഈ പുലി ഒരു മാൻവേട്ടക്കാരനാണ്. എന്റെ കാര്യം പരുങ്ങലിൽ തന്നെ.' മാനിന് ഒരു പോള കണ്ണടയ്ക്കാൻ സാധിച്ചില്ല. തിരിഞ്ഞും മറിഞ്ഞും കിടന്ന മാനിന്റെ കൊമ്പ് മാടിലിടിച്ച് വല്യ ശബ്ദം കേട്ടു. ശബ്ദം കേട്ട് പേടിച്ച മാനും പുലിയും വീട്ടിൽനിന്ന് ചാടി രണ്ട് വഴിക്ക് ഓടി രക്ഷപ്പെട്ടു.

ചെന്നായയും കോഴിയും

ഒരുദിവസം, വളരെ മുമ്പാണേ, ഒരു കോഴി ഒരു മരക്കൊമ്പിൽ വിശ്രമിക്കെ അവിടെത്തിയ ഒരു ചെന്നായ അവളോട് പറഞ്ഞു. "ഞാൻ നിനക്കായി ഒരു സുവാർത്ത കൊണ്ടന്നിട്ടുണ്ട്. നിനക്ക് കേൾക്കണ്ടെ" "സത്യമായും അങ്ങനെ ഒരു നല്ല വാർത്തയുണ്ടോ" കോഴി ആരാഞ്ഞു.

"ഇതു കേൾക്കൂ ഇത് നമ്മെപ്പറ്റിയാണ്. ചെന്നായും കോഴിയും സൗഹൃദത്തിൽ ഏർപ്പെടാൻ തീരുമാനിച്ചു!" ചെന്നായ ഉത്തരം പറഞ്ഞു. "കൂട്ടുകാരാകാൻ തീരുമാനിച്ച സ്ഥിതിക്ക് നീ താഴേക്ക് ഇറങ്ങി വരിക. സൗഹൃദസൂചകമായി നമുക്ക് ഒന്നു ആലിംഗനം ചെയ്യാം." "പക്ഷേ, അതു സത്യമാണോ സഹോദരൻ ചെന്നായേ? എവിടെ വച്ചാണ് ഈ ഒത്തുതീർപ്പു തീരുമാനമായത്?"

ചെന്നായ പറഞ്ഞു. "ദാ അങ്ങകലെ ആ വേട്ടനിലത്തിനും അപ്പുറത്ത്, ആകുന്നതിന്റെയും അപ്പുറത്ത്. വേഗം വരൂ, നമുക്ക് ആഘോഷിക്കണ്ടെ."

കോഴി വീണ്ടും ചോദിച്ചു. "കുന്നിന് അപ്പുറത്തോ?" "ദൈവത്തിനാണെ ഞാൻ സത്യമാണ് പറയുന്നത്. ആ മരത്തിൽനിന്ന് താഴേക്ക് വരൂ." ചെന്നായ തിടുക്കപ്പെട്ടു.

"സഹോദരാ, ഒരുപക്ഷേ, നിങ്ങൾ പറയുന്നത് സത്യം തന്നെ.

ദൂരെ അതാ ഒരു വേട്ടപ്പട്ടി നമ്മുടെ ആഘോഷങ്ങളിൽ പങ്ക് ചേരുവാൻ കുതിച്ചെത്തുന്നു. താങ്കളും അവനും സമാധാനത്തിന്റെ കരാറിൽ ഏർപ്പെടുന്നുണ്ടല്ലോ. എത്ര വേഗത്തിലാണവൻ വരുന്നത് സഹോദരാ, നീ അതുകാണുന്നുണ്ടോ?" ഇങ്ങനെ ചോദിച്ചുകൊണ്ട് കോഴി മേലേച്ചില്ലയിൽ നിന്ന് താഴത്തേക്ക് പറന്നിറങ്ങി.

ചെന്നായ ദൂരേക്ക് നോക്കി. എന്നിട്ട് പൊടിപറത്തിക്കൊണ്ട് എതിർ ദിശയിലേക്ക് ഓടിപ്പോയി. കാരണം അവന്റെ മണം പിടിച്ച് വേട്ടപ്പട്ടി പാഞ്ഞുവരുന്നുണ്ടായിരുന്നു.

കോഴി ബുദ്ധിമതിയായിരുന്നു. അവൾ ചിരിച്ചുകൊണ്ട് മുകളിലത്തെ ചില്ലയിലേക്ക് പറന്നുകയറി. ബുദ്ധിയില്ലായിരുന്നെങ്കിലോ? ആ വങ്കൻ ചെന്നായയ്ക്ക് ഭക്ഷണമായി തീർന്നേനെ അവൾ. നിങ്ങളോട് ഞാൻ ഒരു സത്യം പറയാം. ആ കോഴി, ചെന്നായ് പറഞ്ഞ ഒരു അക്ഷരം പോലും വിശ്വസിച്ചിട്ടില്ല കേട്ടോ!

തൊപ്പിക്കൊമ്പൻ മുയലുണ്ണിയച്ഛൻ

ഒരിടത്തൊരു മുയലുണ്ടായിരുന്നു. അവന് നീണ്ട് വളഞ്ഞ കൊമ്പ് ഘടിപ്പിച്ച ഒരു തൊപ്പിയും. ഒരുദിവസം അവൻ ഒരു മാനിനെ കണ്ടു. "സഹോദരാ", അവൻ പറഞ്ഞു. "നോക്കൂ രാജാവ് എനിക്കുതന്ന തൊപ്പി കണ്ടോ കൂറ്റൻ കൊമ്പുകളുള്ളത്?' അക്കാലത്ത് മാനുകൾക്ക് ശിഖരങ്ങളോടുകൂടിയ കൊമ്പില്ലായിരുന്നു. കൊമ്പ് മാനിന് നന്നേ പിടിച്ചു. 'അടുത്തു വരൂ മുയലേ, ആ തൊപ്പി എനിക്കൊന്നു കടം തരൂ. ഇത്തിരി കുഞ്ഞനായ നിനക്ക് ഇതു തീരെ ചേരുന്നില്ല. ഞാൻ വലിപ്പമുള്ളവനല്ലേ. ഒരുപക്ഷേ, എനിക്ക് ചേർന്നേക്കും." മാൻ പറഞ്ഞു. ഉടൻതന്നെ മാൻ അതു തന്റെ തലയിൽ അണിഞ്ഞു. "നോക്ക്, എത്ര നന്നായി ചേരുന്നു, ഈ കൊമ്പെനിക്ക്. ഞാൻ നിനക്കായി ഒരു നൃത്തം ചെയ്യും. നിനക്ക് കാണാൻ വേണ്ടിമാത്രം. പിന്നെ ഞാൻ ഇതെന്റെ കൂട്ടുകാരെ ഒക്കെ ഒന്നു കാണിക്കട്ടെ. എന്നിട്ട് പെട്ടെന്നീ തൊപ്പി നിനക്ക് തിരികെ തരാം."

നൃത്തം ചെയ്ത് നൃത്തം ചെയ്ത് ആ മാൻ ദൂരെപ്പോയി മറഞ്ഞു. മുയൽ എത്രനാൾ മാനിനായി കാത്തെന്നോ. കാത്തുനിന്നും കണ്ണീരൊഴുക്കിയും അവൻ തളർന്നു. അപ്പോഴാണ് അവന് ഒരുപായം തോന്നിയത്. രാജാവിനെ നേരിട്ട് ചെന്ന് കണ്ട് പരാതി ബോധിപ്പിക്കണം.

രാജസന്നിധിയിലെത്തിയ മുയൽ സിംഹത്തെ താണുവണങ്ങി. എന്നിട്ട് കണ്ണീരോടെ തന്റെ പരാതി ബോധിപ്പിച്ചു. "മഹാപ്രഭോ, അങ്ങ് എനിക്ക് തന്ന കൊമ്പൻ തലപ്പാവ് എന്റെ സഹോദരനായ മാൻ ധരിക്കാനായി ആഗ്രഹിച്ചു. അവൻ ചോദിച്ചു, രാജാവ് എന്തുകൊണ്ടാണീ പല കൊമ്പുകൾ നിനക്ക് തന്നത്? ഇതെനിക്കാണ് അനുയോജ്യം. എന്തായാലും ഇതെനിക്ക് നന്നായി ചേരുന്നുണ്ട്. ഒട്ടൊന്ന് കഴിഞ്ഞ് ഇതു ഞാൻ തിരികെ നല്കാം. ഈ ഉറപ്പ് തന്നിട്ടാണ് ഞാനത് അവന് കൊടുത്തത്. കാത്തിരുന്ന് ഞാൻ തളർന്നതു മാത്രം ബാക്കി."

"മകനേ ഞാൻ നിനക്കായി എന്താണ് ചെയ്യേണ്ടത്?" സിംഹം ആരാഞ്ഞു. "പ്രഭോ എനിക്ക് സഹോദരൻ മാനിന്റെ പൊക്കവും

വലിപ്പവും നല്കൂ. പിന്നെ ഒരു കൊമ്പുള്ള തലപ്പാവും. ഞാൻ ഇത്തിരിക്കുഞ്ഞനായതിനാലാണല്ലോ അവൻ എന്നെ ചതിച്ചത്."

"ശരി. നിന്റെ ആഗ്രഹം ഞാൻ സാധിക്കാം പക്ഷേ, നീ എനിക്കു വേണ്ടി ചിലതു ചെയ്യേണ്ടിവരും."

"എന്താണ് ഞാൻ ചെയ്യേണ്ടത് കല്പിച്ചാലും." മുയൽ പറഞ്ഞു.

"നീ ഉടൻതന്നെ പോയി 15 ജന്തുക്കളുടെ തോൽ ശേഖരിച്ചുകൊണ്ട് വരണം. എന്നാൽ നിന്റെ ആഗ്രഹം ഞാൻ സാധിച്ചു തരാം."

"തീർച്ചയായും പ്രഭോ." ഒരു മൂളിപ്പാട്ടും പാടി നമ്മുടെ മുയൽ അവിടെനിന്നും പർവ്വതങ്ങളും സമതലപ്രദേശങ്ങളും സമുദ്രതീരവും ലാക്കാക്കി യാത്രതിരിച്ചു.

ആദ്യം അവനൊരു ഗിറ്റാർ ഉണ്ടാക്കി. ഒരു സമതലപ്രദേശത്തെത്തി മുയൽ ഒരു മരത്തണലിൽ ഇരുന്ന് ഗിറ്റാർ മീട്ടി. അപ്പോഴവിടെ വൃദ്ധനായ ഒരു പാമ്പ് ഇഴഞ്ഞെത്തി.

"താങ്കൾ എന്താണ് ചെയ്യുന്നത് സഹോദരാ." പാമ്പ് തിരക്കി.

"ഞാൻ അങ്ങേയ്ക്കായി ഒരു പാട്ട് പാടുന്നു അമ്മാവാ." മുയൽ ഉത്തരം പറഞ്ഞു.

"ഓഹോ. നിങ്ങളുടെ ഗാനം സങ്കടമുണർത്തുന്നല്ലോ. ഞാൻ ഒരിത്തിരി നൃത്തം ചെയ്യട്ടെ?" പാമ്പ് മുയലിനോടാരാഞ്ഞു.

"പിന്നെന്താ. അതിനായല്ലേ ഞാനീ ഗാനം മീട്ടുന്നത്. പക്ഷേ, ഒരു കാര്യം. നിങ്ങളുടെ മർമ്മം എവിടെയാണു മാമാ. എന്റെ ഈ ഉപകരണം അവിടെ തട്ടാതെ വേണമല്ലോ ഗാനം മീട്ടാൻ."

"അതുശരി. എന്റെ മർമ്മം ഇവിടെ ഇതാ എന്റെ വാലിൻ തുമ്പിലുണ്ട്. നീ സൂക്ഷിച്ച് ഗിറ്റാർ വായിക്കൂ."

"അമ്മാവൻ നൃത്തം ചെയ്തോളൂ. അതിനല്ലേ ഞാൻ താങ്കളുടെ താമസസ്ഥലത്ത് വന്നത്. ഇങ്ങടുത്തേക്ക് വരൂ. ശരിയായി പാട്ട് കേൾക്കണ്ടേ. ഒട്ടും ഭയപ്പെടേണ്ട. നൃത്തം ചെയ്യൂ."

മുയലിന്റെ ദുഷിച്ച മനസ്സിലുണ്ടായിരുന്ന വിചാരം പാവം ആ പാമ്പ് അറിഞ്ഞിരുന്നെങ്കിൽ!

അടുത്ത് വന്ന് നൃത്തമാടിയ പാമ്പിനെ നോക്കി മുയൽ മനസ്സിൽ പിറുപിറുത്തു. "ഇവന്റെ തോലാവട്ടെ ആദ്യത്തേത്.

അവന്റെ മർമ്മം നോക്കിത്തന്നെ ഞാൻ ഒരു സമ്മാനം കൊടുക്കും." ഉയർന്നു താണ് താളം പിടിച്ചിരുന്ന പാമ്പിന്റെ വാലിന് അതാ പഠേ എന്നൊരടി. പാമ്പ് ചത്തു മലച്ചു. മുയൽ സന്തോഷത്തോടെ പാമ്പിൻതോല് ഉരിഞ്ഞെടുത്തു കീശയിലാക്കി.

പിന്നെ മുയൽ എത്തിയത് ഒരു പർവ്വതപ്രദേശത്താണ്. അവിടിരുന്ന് ഗിത്താർ വായന ആരംഭിച്ചു. അതാ വരുന്നു ഒരു കൂറ്റൻ പുലി.

"ഹേയ് കുഞ്ഞൻ മുയലേ" അവൻ വിളിച്ചു. "എന്താ ഇവിടെ വന്ന് ഈ ഗാനം ആലപിക്കുന്നത്?"

"അങ്ങേയ്ക്കു വേണ്ടി." മുയൽ വിനയത്തോടെ അറിയിച്ചു. "എനിക്ക് പാട്ടിഷ്ടമാണ്" പുലി പറഞ്ഞു.

"താങ്കൾ നൃത്തം ചെയ്യാമോ?" മുയൽ തിരക്കി.

"നീ എനിക്കുവേണ്ടി ഒരു മനോഹര ഗാനം മീട്ടുക. ഞാൻ നൃത്തം ചെയ്യാം."

"പക്ഷേ, നിങ്ങൾ നിങ്ങളുടെ മർമ്മം എവിടെ എന്നു കാണിക്കാമോ. അവിടെ തട്ടാതെ വേണമല്ലോ ഞാൻ ഗിത്താർ വായിക്കാൻ."

"എന്റെ മർമ്മം അതെന്റെ പിൻകഴുത്തിലാണ്."

"ശരി. അടുത്തേക്ക് വന്ന് നൃത്തം തുടങ്ങുക. തെല്ലും ഭയപ്പെടേണ്ട." മുയൽ ഉറപ്പും പറഞ്ഞു. "ഞാൻ ശ്രദ്ധയോടെ ഗിത്താർ മീട്ടും. സ്വയം മറന്ന് നൃത്തം ചെയ്ത പുലിയച്ഛന്റെ പിൻകഴുത്തിലേക്ക് 'പഠേ' എന്ന് മുയൽ ആഞ്ഞടിച്ചു. തൽക്ഷണം പുലി ചത്തുവീണു. പുലിത്തോലും ഉരിഞ്ഞെടുത്ത് നമ്മുടെ മുയൽ ഒരു കടൽത്തീരത്തെത്തി.

സൂത്രം പറഞ്ഞും പാട്ടുപാടിയും അവിടെക്കിടന്ന ഒരു മുതലയെ വശത്താക്കി. വാലിനു നടുവിലെ മർമ്മത്തടിക്കേണ്ടി വന്നു. അതിന്റെ തോലെടുക്കാൻ. അപ്പോഴാണ് അവൻ അകലെ ഒരു പഴത്തോട്ടം കണ്ടത്. വാഴപ്പഴം, ഓറഞ്ച്, സപ്പോട്ട മുതലായ ഫലങ്ങൾ നിറഞ്ഞ ഒരു തോട്ടം സമീപത്തു തന്നെ കുരങ്ങന്മാരുടെ ഒരു സംഘവും ഉണ്ടായിരുന്നു. കുറച്ച് പഴം പറിച്ച് കുരങ്ങന്മാരുടെ താമസസ്ഥലത്തെത്തിയെ മുയൽ അവിടെ കണ്ട ഒരു കുരങ്ങനുമായി സൗഹൃദത്തിലായി അവനു കുറച്ച് പഴങ്ങളും സമ്മാ

നിച്ചു. "ഇതെവിടെന്നാണ്" കുരങ്ങൻ ചോദിച്ചു. "എന്റെ തോട്ടം അടുത്തുതന്നെ ഉണ്ട്. അവിടെ നിന്ന്." "എന്നാൽ എന്റെ സുഹൃത്തുക്കൾക്കും കൂടി കുറച്ച് കൊടുക്കാമോ" "ശരി ഒരു 10–12 പേർക്ക് കഴിക്കാൻ വേണ്ടതുണ്ടാവും. ഞാൻ പറിച്ച് വയ്ക്കാം നിങ്ങൾ നാളെ അങ്ങ് വന്നാൽ മതി." ഇതും പറഞ്ഞ് മുയൽ തിരിച്ചുപോയി. സന്തോഷത്തോടെ കുരങ്ങൻ കൂട്ടുകാരുടെ അടുത്തേക്കും. അടുത്ത ദിവസം കുരങ്ങന്മാർ കൂട്ടത്തോടെ പഴത്തോട്ടത്തിലേക്ക് പോയി. അവിടെ അതാ പഴങ്ങൾ പലതരം പറിച്ച് കൂട്ടിയിട്ടിരിക്കുന്നു. ആർത്തിയോടെ അവർ ഓരോരുത്തരും പഴങ്ങൾ പെറുക്കി. 'ഠിം' എന്ന ഒരു ശബ്ദത്തോടെ ഒരുവല അവരെ പൊതിഞ്ഞ് എടുത്തുയർത്തി. അയ്യോ! അവർ പേടിച്ചു വിറച്ചു. ദുഷ്ടനായ മുയൽ ഒരു ദണ്ഡുമായി വന്നു. എല്ലാവരെയും തല്ലിക്കൊന്നു. അവറ്റകളുടെ തോലും ആ ദുഷ്ടൻ ഉരിച്ചെടുത്തു. അതുമായി രാജാവിന്റെ അടുത്ത് എത്തി. "മഹാപ്രഭോ" അവൻ സിംഹത്തെ വന്ദിച്ചു. "ഞാൻ ഇതാ അങ്ങേയ്ക്കായി 15 തോലുകൾ കൊണ്ടുവന്നു." രാജാവ് ആശ്ചര്യപ്പെട്ടു. "അതേയോ? സത്യമോ? എങ്ങനെയാണ് നീ ഇത്ര വേഗം ഇതു സമ്പാദിച്ചത്." മുയൽ തന്റെ സാഹസികത വിളമ്പി. "ഹോ! എന്തൊരു ദുഷ്ടനാണ് നീ." രാജാവ് ആശ്ചര്യപ്പെട്ടു. "നീ നിന്റെ സഹോദരങ്ങളെ തന്നെയല്ലേ കൊന്നത്. ഇത്ര ചെറിയ നീ ഇത്ര ക്രൂരനാണെങ്കിൽ നിന്നെ വലുതാക്കിയാൽ നീ എന്റെ പ്രജകളെ മുഴുവൻ കൊന്നൊടുക്കുമല്ലോ. നിന്നെ ശിക്ഷിക്കാതെ തരമില്ല." രാജാവ് മുയലിന്റെ ചെവി പിടിച്ചു വലിച്ചു. അതു കൊമ്പോളം നീണ്ടു. ദൂരേക്ക് അവനെ രാജാവ് വലിച്ചെറിഞ്ഞു. അതിൽ പിന്നെ മുയലുകൾ ചെവിയന്മാരും മാനുകൾ കൊമ്പന്മാരുമായിത്തീർന്നു.

ബുദ്ധിമാനായ മുയൽ

അത്ര ജനസമ്മതിയില്ലാത്ത ഒരു നഗരപിതാവായിരുന്നു നമ്മുടെ ശ്രീമാൻ മുയൽ. അവൻ ഒരു ഗുഹയിൽ പെട്ടു. പുറത്ത് നഗരവാസികളായ പാമ്പ്, വാങ്കോഴി, കഴുകൻ, മാൻ, സിംഹം, തേവാങ്ക്, ചെന്നായ മുതലായവരും. കിട്ടിയതക്കത്തിന് അവർ നഗരപിതാവിനെതിരെ ഗൂഢാലോചന തുടങ്ങി. എങ്ങനെ ആ ദുഷ്ടൻ മുയലിനെ കൊല്ലാം. അതായിരുന്നു വിഷയം.

എന്നാൽ ബുദ്ധിമാനായ മുയൽ അവരൊരുക്കിയ കെണിയിൽ വീണില്ല എന്ന് പറയേണ്ടതില്ലല്ലോ. അവനെ പിടികൂടി അടിച്ചു കൊല്ലണം എന്നായിരുന്നു അവരുടെ ആഗ്രഹം. നഗരവാസികൾ മുറവിളി കൂട്ടി. "ഒന്നിനും കൊള്ളാത്ത ഈ നഗരപിതാവ് എത്രവട്ടമാണ് നമ്മെ ചതിച്ചിരിക്കുന്നത്. അവനെ പുറത്തേക്ക് ചാടിക്ക്. അവൻ രക്ഷപ്പെടരുത്. അടിച്ച് കൊല്ലണം. നമ്മുടെ നേരെ അവൻ ചെയ്തു കൂട്ടിയ കുറ്റങ്ങൾക്ക് അവൻ അനുഭവിച്ചേ മതിയാവൂ. വാങ്കോഴിയും കഴുകനും അവൻ രക്ഷപ്പെടാതെ കാവൽ നില്ക്കട്ടെ. മാൻ, നീ അവനോളം വേഗത്തിൽ ഓടുമല്ലോ. അവൻ രക്ഷപ്പെടാൻ ശ്രമിച്ചാൽ ഓടിച്ച് പിടിക്കണം. സൂക്ഷിച്ചു നിന്നോളൂ." "ശരി." അവൻ തലകുലുക്കി. പാമ്പേ, നീ നോക്ക് അവനെന്താ ചെയ്യുന്നതെന്ന്. അവനെ പുറത്തേക്ക് വിളിക്ക്." പാമ്പ് വിളിച്ചു. "മുയലേ മര്യാദയ്ക്ക് ഇറങ്ങി വരു

ന്നതാ നിനക്ക് നല്ലത്."

"ഞാനിതാ എത്തി. എന്റെ ബൂട്ട് ഞാനൊന്നഴിച്ചെടുക്കുന്ന തുവരെ കാക്കണേ." മുയൽ അപേക്ഷിച്ചു.

"പക്ഷേ, പെട്ടെന്ന് പാമ്പ് ചീറ്റി. "ഉടൻ ഞാനിതാ എത്തി." മുയൽ പറഞ്ഞു. "പെട്ടെന്ന്, പെട്ടെന്ന്" നാട്ടുകാർ അക്ഷമരായി.

"പുറത്ത് വാ." പാമ്പിന് രോഷം വന്നു.

"ഞാനിതാ എത്തി. ദയവായി ആദ്യം ഞാൻ എന്റെ ബൂട്ട് പുറത്തേക്കിടട്ടെ ഒന്നു സൂക്ഷിച്ച് പിടിക്കണേ."

"ചെരുപ്പും ബൂട്ടും! ഒക്കെ ഇനി ഞങ്ങൾ ചുമക്കണോ? എന്തായാലും ഇങ്ങോട്ട് ഇട്ടേര്."

പുറത്തോട്ടെറിഞ്ഞ ബൂട്ട് വാങ്കോഴി കരസ്ഥമാക്കി. അവനത് മാനിനെ ഏല്പിച്ചു. മാൻ അത് ദൂരേക്ക് എറിഞ്ഞു. അവർ സ്വപ്നത്തിൽ കരുതിയോ അവരുടെ ശത്രുവായ മേയറെ തന്നെയാണ് ആ സൂട്ടിനുള്ളിൽ വച്ച് അവർ ദൂരേയ്ക്ക് എറിഞ്ഞതെന്ന്.

"ഉടൻ പുറത്തേക്ക് പോ." തെല്ലുനേരം കഴിഞ്ഞ് ഗുഹയ്ക്കുള്ളിലേക്ക് നോക്കി പാമ്പ് അലറി. ഉത്തരമൊന്നും കിട്ടാതെ അരിശപ്പെട്ട് കാവൽനിന്ന മൃഗങ്ങൾ പാമ്പിനെ ഉള്ളിലേക്കയച്ചു. അകത്തെത്തിയ പാമ്പ് ഞെട്ടിപ്പോയി. "അവനിവിടില്ല, അവനിവിടില്ല" അത് നിലവിളിച്ചുകൊണ്ട് പുറത്തേക്കിഴഞ്ഞു.

പെട്ടെന്നാണ് അവർക്ക് ബുദ്ധിയുദിച്ചത്. "അയ്യോ! നമ്മൾ ആ ബൂട്ടിൽ ദൂരെക്കളഞ്ഞത് ആ ചതിയനെയായിരുന്നോ?" തിരിച്ചറിവ് വന്നപ്പോഴേക്കും സൂത്രശാലിയായ മുയൽ കാതങ്ങൾ താണ്ടി രക്ഷപ്പെട്ടിരുന്നു.

മുയലും ചെന്നായും

ഇത് മുയലമ്മാവന്റെയും ചെന്നായയുടെയും കഥയാണ്. ഒരു കൂറ്റൻ പാറയ്ക്കടുത്ത് വച്ച് മുയൽ ഒരു ചെന്നായയെ കണ്ടു.

"നീ എന്തു ചെയ്യുന്നു സഹോദരാ" മുയലിനോടു ചെന്നായ തിരക്കി. "പെട്ടെന്ന് ഇങ്ങോട്ടു പോരൂ സഹോദരാ. ആകാശം ഇതാ താഴേയ്ക്കു പതിക്കുകയായി. ഈ പാറയോട് ചേർന്ന് നിന്നുകൊള്ളൂ. ഞാൻ ഒരു തോട്ട സംഘടിപ്പിച്ചിട്ട് വരാം. നടുക്കൽവച്ച് ആകാശത്തെ താങ്ങി നിർത്താം." "നീ വരുന്നതു വരെയുള്ള കാര്യം ഞാനേറ്റു." ചെന്നായ പാറയും തള്ളിപ്പിടിച്ച് നില്പായി.

മുയലുണ്ടോ തിരികെ വരുന്നു. അത് ജീവനും കൊണ്ടങ്ങ് രക്ഷപ്പെട്ടു. "മുയലേ തിരികെ വരൂ. ഈ പാറയുടെ ഭാരം എനിക്ക് താങ്ങാൻ വയ്യ." ചെന്നായ നിലവിളിച്ചു. "ആകാശം ഇടിഞ്ഞാലും സാരമില്ല. ഞാൻ ഈ പണി നിർത്തി." അവൻ മുയലിനെ അന്വേഷിച്ച് യാത്രയായി. മുയൽ തിരിച്ചുവന്നതേയില്ല. ചെന്നായ്ക്ക് വഴിയും തെറ്റി.

കറങ്ങിത്തിരിഞ്ഞ് മണ്ടൻ ചെന്നായ വീണ്ടും സൂത്രക്കാരൻ മുയലിനടുത്തെത്തി. അവൻ ഒരു കുളക്കരയിലിരിക്കുകയായിരുന്നു. ചെന്നായ കണ്ടമാത്രയിൽ അവൻ ധൃതിയിൽ കുളത്തിലേക്കാഞ്ഞ് വെള്ളം കുടിക്കാനാരംഭിച്ചു.

"സഹോദരാ, നിങ്ങൾ എന്താണ് ചെയ്യുന്നത്?" ചെന്നായ ചോദിച്ചു. "ഞാൻ ഭക്ഷണം കഴിക്കാൻ ശ്രമിക്കുന്നു" മുയൽ പറഞ്ഞു. ഭക്ഷണം എവിടെ എന്നായി ചെന്നായ് "ഇങ്ങോട്ടു വരൂ, ഈ വെള്ളത്തിലേക്ക് നോക്കൂ" മുയൽ കുളത്തിലെ ചന്ദ്ര ബിംബം കാട്ടി പറഞ്ഞു.

"വല്യ ഒരു കഷണം പാൽക്കട്ടി ഈ കുളത്തിനടിയിൽ വീണു. ഈ വെള്ളം കുടിച്ചാൽ നമുക്കതു കിട്ടും. നമ്മൾ തമ്മിൽ പങ്കിട്ടെടുക്കുകയും ചെയ്യാം."

"അതുശരിയാണ്. ഞാനും കൂടാം." മണ്ടൻ ചെന്നായ വെള്ളം കുടി യജ്ഞം തുടങ്ങി. "ഞാൻ ഒന്നു നടന്നിട്ട് വരട്ടെ." മുയൽ സ്ഥലം കാലിയാക്കി. പാവം ചെന്നായ വയറുപൊട്ടുവോളം വെള്ളം കുടിച്ചു. അവസാനം പാൽക്കട്ടിയും ഉപേക്ഷിച്ച് വേദ നിക്കുന്ന വയറും താങ്ങി എങ്ങോട്ടെന്നില്ലാതെ പാഞ്ഞു.

വധുവിനെ രക്ഷിച്ചു

കൊറിയ എന്ന പട്ടണത്തിൽ ഒരു വിവാഹം നടക്കുകയായിരുന്നു. പാനോപചാരത്തെ തുടർന്ന് ദമ്പതികൾക്ക് മംഗളം ആശംസിക്കെ അവരെ നടുക്കിക്കൊണ്ട് ഒരാൾ അവിടെ പാഞ്ഞെത്തി. "അയ്യോ മാർഗരറ്റിനെ വനദേവതമാർ കൊണ്ടുപോയി. എനിക്ക് ഉറപ്പുണ്ട്. ഞാൻ ഒരുനിമിഷം മുൻപ് അവളെ കണ്ടതാണ്. പക്ഷേ, അവളെ ഇപ്പോ കാണാനേയില്ല. ജനിച്ചിട്ടേ ഇല്ല എന്ന മട്ടിൽ അവൾ അപ്രത്യക്ഷമായി." അവർ വിലപിച്ചു.

എല്ലാവരും സ്തബ്ധരായി. പിന്നെ ഗംഭീരൻ തിരച്ചിൽ ആരംഭിച്ചു. ഒരു രാവും പകലും അദ്ധ്വാനിച്ച് വരൻ ആൽബർട്ട് ക്ഷീണംകൊണ്ട് തല ചായ്ച്ചു. ദുഃസ്വപ്നത്തിൽനിന്ന് പെട്ടെന്നുണർന്ന അയാൾ ഒരു കാഴ്ച കണ്ടു. മുറിയിലേക്ക് അരിച്ചിറങ്ങുന്ന ചന്ദ്രികയുടെ പ്രഭ. അതിനു നടുവിൽ വിവാഹ വേഷത്തിൽ മാർഗരറ്റ്. അവൻ ചാടി എഴുന്നേറ്റു. സംസാരിക്കാൻ തുനിഞ്ഞു. നാവ് കെട്ടപ്പെട്ടപ്പോലെ ചുണ്ട് വിടർത്താനേ സാധിക്കുന്നില്ല.

"ആൽബർട്ട് എന്റെ പ്രിയതമാ" അവൾ പറഞ്ഞു. "ഞാൻ വനദേവതമാരുടെ തടവിലാണ്. നിങ്ങളുടെ ധൈര്യത്തിനും സ്നേഹത്തിനുമേ എന്നെ മോചിപ്പിക്കാനാവൂ. അടുത്ത വെള്ളിയാഴ്ച ദേവതമാർ ഒരു സമ്മേളനത്തിനു പോകും. എന്നെയും